என் அடையாறின் விழுதுகள்

பாகம் இரண்டு

என் அடையாறின் விழுதுகள்

பாகம் இரண்டு

ஜெயராமன் ரகுநாதன்

Title: En Adayarin Vizhudhugal (Part -II)
Author's Name: Jayaraman Raghunathan

Published by Piragu Prachuram

Piragu Prachuram
(An imprint of Zero Degree Publishing)
No.75 & 76, I Floor, Kuppusamy Street,
Balaji Nagar, Padi,
Chennai - 600050

Website: www.zerodegreepublishing.com
E Mail id: zerodegreepublishing@gmail.com
Phone: 89250 61999

Piragu Prachuram First Edition : November 2025
ISBN :978-93-95473-58-3
TITLE NO PP :25

Rs.210/-

Layout : G.Selvakumar
Cover Design : Vijayan, Creative Studio
Printed at Rathna Offset Printers, Chennai, India

பொருளடக்கம்

என்னுரை ... 7

1. குண்டூசி வாங்க காந்தி நகர் ... 9
2. சீனி சக்கரை ... 14
3. களக்காடு கணபதி ... 18
4. சோனி ... 22
5. தினசரி ... 25
6. சுகன்யா டீச்சர் ... 28
7. கமலக்கண்ணன் என்னும் தலைவன்... ... 34
8. ஹிந்தி க்ளாஸ் ... 41
9. காந்தி மண்டபம் ... 46
10. டைடல் பார்க்கில் ஒரு என்கவுண்டர் ... 51
11. சங்கீத சீசன் ... 54
12. அடையாறு கார்ப்பரேஷன் ... 58
13. ஆலமரம் ... 61
14. நான் பார்த்த, இல்லை இல்லை, எனக்குப் பார்த்த டாக்டர்கள் ... 66
15. அடையாறு கீர்த்தனா சபா ... 71
16. கலையரசி ... 75

17. மஹேந்திர வர்மரே! நீர் என்னுடைய வார்த்தைக்கு... 83
18. அதே வார்த்தைகள் 86
19. 25 பைசா ஸ்டாம்ப்பும்... 91
20. அன்புள்ள பெரிய டீச்சர்: 95
21. தயா, மனோகர் மற்றும் சாந்தி 98
22. வயிற்றில் வலி 102
23. அம்மாவின் சிரிப்பு 105
24. சலூன் முத்து 110
25. என் அம்மா நல்லவள் 114
26. உங்களுக்குப் பிடித்திருந்தால்... 117
27. விக்கிரமாதித்தனுக்கு நான் எங்கே போவேன்? 121
28. சிவப்பு வெல்வெட் தலைகாணியும் மதார்ஷாவும்... 126
29. சங்கீத சீசன் 131
30. K I S S அல்லது கிஸ் 134
31. பாரத நாடு, தனித்தமிழ் நாடல்ல!! 139
32. குழந்தை 142
33. சைக்கிள் ஓட்டக்கற்றுக்கொண்ட 145
34. போஸ்டரில் பேர் 147
35. பாஸ்போர்ட் விவகாரம் 149
36. ரேஷன் கடை 153
37. முழங்காலில் தொள தொளா... 157
38. மொட்டை மாடி 161
39. இழப்பு 165

என்னுரை

என் வாழ்க்கையின் இனிய பக்கங்களை மறுமுறை திரும்பிப் பார்க்கும்போது, எனக்கு எப்போதும் நெஞ்சை வருடும் நினைவுகள் அடையாரோடு தொடர்புடையவை. மனிதன் வாழ்வின் பல கட்டங்களைக் கடந்து சென்றாலும், அவன் உள்ளத்திற்குள் ஆழமாகப் பதிந்திருப்பது அவன் இளமை நாட்களின் அனுபவங்களே. அந்த அனுபவங்களே வாழ்நாள் முழுவதும் நம்மை வழிநடத்தும் நினைவுக் குவியல்களாக மாறுகின்றன. ‘என் அடையாறின் நினைவுகள்’ என்ற இந்த இரண்டாம் பாகம், என் சொந்த வாழ்க்கைப் பயணத்தின் அந்த இனிய பக்கங்களை வாசகர்களுடன் மீண்டும் பகிர்ந்துகொள்ளும் ஒரு சிறிய முயற்சி.

அடையாறு எனும் இடம் எனக்கு ஒரு புவியியல் பரப்பாக மட்டுமல்ல; அது என் கனவுகளின் கோலாகலம், என் நட்புகளின் தாலாட்டு, என் குடும்பத்தின் உறைவிடம், என் கற்றல்களின் பள்ளி. அங்கே கழித்த ஒவ்வொரு நாளும், எனக்கு புதிதாய் கற்றுத் தந்த அனுபவங்களும், சுவையான சம்பவங்களும், மறக்க முடியாத மக்களும் இருந்தனர். அந்தக் காலகட்டம் இன்று ஒரு சித்திரம் போல என் மனதில் ஒளிர்கிறது.

என் இளமைக்காலத்தில் நடந்த சாதாரண சம்பவங்களே, இன்று நினைத்துப் பார்க்கும்போது அசாதாரணமாகத் தோன்றுகின்றன. தெருக்களில் ஓடிய சிரிப்பு, பள்ளிக்கால நண்பர்களுடன் பகிர்ந்த உரையாடல்கள், மாலை நேரங்களில் காந்திநகர் தெருக்களில் நடந்த நடைப்பயணங்கள்—*all*—இவை அனைத்தும் என் மனத்தில் அற்புதமாக நிற்கின்றன. அந்த நேரங்களில் நான் உணர்ந்த சுதந்திரம், ஆர்வம், எதிர்கால கனவுகள்—அனைத்தும் சேர்ந்து வாழ்க்கையின் இனிமையை வண்ணமயமாகச் சித்தரித்தன.

இந்நூலை எழுதத் தூண்டியது அந்த நினைவுகளின் பேராசைதான். ஒவ்வொரு சம்பவத்தையும் மீண்டும் மீண்டும் மனதில் உருட்டிக்கொண்டே, அதை வாசகர்களுடன் பகிர்ந்துகொள்ள வேண்டும் என்ற எண்ணம் தோன்றியது. இந்தப் புத்தகம் என்னுடைய தனிப்பட்ட நினைவுகளின் தொகுப்பாக மட்டுமல்லாமல், அந்தக் காலத்தில் அடையாரின் சமூகத் தோற்றத்தையும், வாழ்க்கை முறையையும், மக்களின் மனப்பான்மையையும் காட்டும் ஒரு சிறிய கண்ணாடியாகவும் அமையும்.

இந்த என்னுரையை எழுதும் பொழுதே என் மனம் நிறைவடைகிறது. கடந்த காலம் மீண்டும் வர முடியாது. ஆனால் நினைவுகள் காலத்தைக் கடந்து நம்மோடு பயணம் செய்கின்றன. அவை நம்மை சிரிக்க வைக்கும், சிந்திக்க வைக்கும், சில சமயம் கண்ணீர் வரவைக்கும். ஆனால் அந்த நினைவுகள் இல்லாமல் மனித வாழ்க்கை வெறுமையாகிவிடும்.

‘என் அடையாறின் நினைவுகள்’ என் வாழ்க்கையில் மிக அருகில் நின்ற காலத்தைக் குறிக்கும் ஒரு சிறிய சான்றிதழ். அந்தச் சான்றிதழை நான் வாசகர்களுடன் பகிர்ந்துகொள்ளும் பொழுது, நீங்கள் அதில் உங்களுடைய சொந்த அனுபவங்களையும் காண்பீர்கள் என்று நம்புகிறேன். என் எழுத்தின் வழியே உங்கள் இதயத்திலும் பழைய இனிய நாட்களின் மணம் மீண்டும் பரவட்டும்.

அடையாறு என்பது எனக்கு மீண்டும் மீண்டும் கனவுகளில் வரும் முகங்களும் அவை வீசி எறிந்துவிட்டுப்போகும் நினைவுகளுமே. எல்லாவிதங்களிலும் என்னை ஆட்கொண்ட அந்த நினைவுகளிலிருந்து நான் மீளப்போவது இல்லை. மீளவும் விருப்பம் இல்லை. உங்களின் ஊரையும் இளமைக் காலப் பள்ளி அனுபவங்களையும் ஆதர்ச மனிதர்களையும் மறக்கவே முடியாத அதீத சந்தோஷங்களையும் உடனே மறந்துவிட்ட ஏமாற்றங்களையும் இதில் நிச்சயம் பொருத்திப்பார்த்து அந்த தினங்களை உங்களால் மறுவாழ் செய்யமுடியும் என்று உத்தரவாதமாக நம்புகிறேன்.

முதல் பாகம் போலவே இதையும் மிக நேர்த்தியாக வெளியிடும் எழுத்து பிரசுரம் திரு ராம்ஜீக்கும் என் நன்றி.

- ஜெயராமன் ரகுநாதன்

குண்டூசி வாங்க காந்தி நகர்

“என்னது? காந்திநகருக்கா...

லதாவின் குரல் முடிவதற்குள் நான் வாசல் கேட்டைத் தாழ்ப்பாள் போட்டுக் கிளம்பிவிடுவேன்.

என் அடையாறு இன்றைய அடையாறு இல்லை. அம்பிகா சிக்னலில் கார்கள் நிற்கா. கிண்டி ரோடை ஆம் அதுதான் அன்றைய சர்தார் பட்டேல் ரோடு, கிராஸ் பண்ண பத்து நிமிடங்கள் காத்திருக்கத் தேவையிருக்காது. கண்ணம்மா பால்கார வீட்டிலிருந்து தெரு முனை வரை நடக்கும்போது தெரிந்த முகம் ஒன்றுகூட இல்லாமல் இருக்காது.

ஆனால் நான் தினமும் நடந்து போகிறேன்.

தினமுமா?

பக்தவத்சலம் நகரில் ராமநாதன் வீடு காலியாக வாசலில் பீஹாரி ஒருத்தன் மொபைல் பேசிக்கொண்டு இருக்கிறான்.

“வாப்பா! இதோ ரமேஷ் வந்துருவான்! தோசை சாப்பிடறியா?”

கேட்கும் ஆடிட்டர் மாமியும் இல்லை. ராமநாதனும் இல்லை.

விக்டோரியா நம்பர் 302 படம் எங்களுக்கெல்லாம் முன்பே பார்த்துவிட்ட பெருமிதத்தில் நவீன் நிஷ்சலின் திராபை

நடிப்பைக்கூட சிலாகித்த ராமநாதன் சட்டென்று கோவிடின் போது போய்விட்டான்.

தேற்றிக்கொண்டு தாண்டிய இடது பக்கம் திரும்பினால் வாசலில் விஷ்ணு சஹஸ்ரநாமம் முனகிக்கொண்டு நிற்கும் டாக்டர் நரசிம்மனின் க்ளினிக் இப்போது பச்சைப்பெயிண்ட் அடித்த அபார்ட்மெண்ட் காம்ப்ளெக்ஸாகி சலனமில்லாமல் நிற்கிறது.

“ஆயுர்வேதத்துல என்னதான் இல்லை சார்! அதும்படி லைஃபை வெச்சுண்டா நூறு வருஷம் ஆரோக்கியமாக இருக்கலாமே!”

கீச்சுக்குரலில் சொல்லும் ஆயுர்வேத டாக்டர் வெங்கடேஸ்வரனின் வீடு சிதிலமாகி இருக்கிறது. அவர் ஐம்பத்தெட்டாவது வயதிலேயே போய்விட்டார்.

இன்றைய ராம்கே மோட்டார்ஸ் அன்றைய என் ஸ்கூல் சீனியர், சட்டித்தலை ஜெயராமன் வீடு, தாண்டிய மெயின் ரோடில் இப்போது இல்லாத ப்ளாட்ஃபாரத்தில் தொளதொள அழுக்கு வெள்ளைச் சட்டைப் பாக்கெட்டில் கொத்தாக பேனாக்களும் காகிதங்களுமாக நியாயவிலைக்கடை நாடார் நினைவில் வந்து போகிறார்.

இன்னும் சற்றுத் தள்ளிப்போனால், இப்போது விவேக் இருக்கிறதே அதன் வாசலில் இரண்டு மாபெரும் மரங்கள் போவோர் வருவோரைத் தாலாட்டும். விழுதுகள் தரை தொடும் ஆலமரமும் இரவு நேரங்களில் அந்தப் பக்கம் முழுசுக்கும் குப்பென்ற சுகந்த வாடை அடித்து நம்மை வரவேற்கும் மரமல்லிகை இரண்டும் இப்போது ஏதோ வீட்டில் உத்தரமாகவோ அல்லது விறகாகவோ எரிந்துபோயிருக்கலாம்.

அந்த மரத்தடியில் என் ஸ்கூல் தினங்களில் நான்கு வருடங்களுக்கு எந்தவிதப் பண வீக்கத்தின் தாக்குதலும் இல்லாமல் எனக்கு அதே முப்பது பைசாவுக்கு உண்டிவில் விற்ற கிழவனும் அவரது கூட்டமும் இல்லை. சமூக நீதிக்கு வந்தனத்துடன் அவர்கள் நீட் எழுதி மெடிகல்லுக்கோ அல்லது டி என் பி எஸ் ஸி எழுதி கோர்ட்டிலும் எழிலகத்திலும் உத்தியோகத்துக்கோ போய்விட்டார்கள்.

அதையும் தாண்டினால் இன்றுவரை அர்த்தம் புரியாத "பிசுக்கொட்டான்" என்று கீச்சுக்குரலில் சொன்னபடி சிறு பையன்களின் பிருஷ்ட பாகத்தைக் கிள்ளும் வேர்க்கடலை கிழவன் மற்றும் கிணுங் கிணிங் என்ற ராயச சப்த்துடன் விற்பனையாகும் பால் டிப்போவையும் காணோம்.

பிள்ளையார் கோவில் தாண்டி வலது பக்கம் பத்மனாப சுவாமி கோவிலுக்குப் போகாமல் இட து புறமாகவே காந்தி நகர் நாலாவது மெயின் ரோடில் கொஞ்ச தூரம் நடந்தால் காந்தி நகர் கிரிக்கெட் மைதானம்.

நாங்கள் போய்ப்பார்க்கும்போதெல்லாம் முதல் ஓவரிலேயே அவுட் ஆகிவிட்டு என்னமோ செஞ்சுரி அடித்தாற்போல முகத்தை நிமிர்த்திக்கொண்டு அடுத்து போகும் பாட்ஸ்மேனிடம், "போலிங்கில் ஒண்ணுமே இல்லை! அடிச்சு விளையாடு" என்று அட்வைஸ் பண்ணும் ராமகிருஷ்ண ராவ் இப்போது நூறு வயதைக் கடந்திருக்க வேண்டும்.

"போலிங்குல ஒண்ணும் இல்லேன்னா நீ என்ன மயிருக்கு அவுட் ஆன" என்று கேட்கப்போய் அன்றைய ட்வெல்த் மேன் "ஜிஜிங் ஜிங்" சீனு அப்புறம் காந்தி நகருக்கு விளையாடவே இல்லை.

அதென்ன ஜிஜிங் ஜிங்?

குடுமி வைத்துக்கொண்டு தார்ப்பாய்ச்சு கட்டின வேஷ்டியுடன் ஃபாஸ்ட் போலிங் போடும் ராமச்சந்திர சாஸ்திரிகள் பையன் சீனுவுக்குத்தான் அந்தப் பட்டப்பெயர்!

இன்னும் கொஞ்சம் தாண்டி நடந்தால் புதுவிதமான ஃபாரின் சாக்லெட் கிடைக்கும் பியர்ஸன் ஸ்டோர்ஸ்!

நாங்களெல்லாம் டும்மி கடைக்குத்தான் செல்வோம். இந்த பியர்ஸன் ஸ்டோருக்குச் செல்பவர்கள் அக்காலத்திய செல்வந்தர்கள். நாங்கள் கேட்டேயிராத ஸ்கோன்ஸ், இங்க்லிஷ் பிரேக்ஃபாஸ்ட் போன்ற தேநீர் பொட்டலங்கள் கிடைக்கும். அம்மா எப்போதாவது "ஸ்கூலேர்ந்து வரும்போது பியர்ஸன்ஸ்ல இங்க்லிஷ் பிரேக்ஃபாஸ்ட் டீ பாக்கெட் நாலு வாங்கிண்டு வா! மறக்காம சில்லறை கேட்டு எண்ணிப்பாத்து வாங்கணும்" என்று எச்சரித்து அனுப்பினால் அந்த ஞாயிற்றுக்கிழமை அப்பாவின்

லீவர் பிரதர்ஸ் ஆஃபீசிலிருந்து பிளாச்சர் மற்றும் மிஸஸ் வான் என்கிற ஆங்கிலோ இந்தியர்கள் வரப்போகிறார்கள் என்று அர்த்தம். எப்போதாவது தைரியம் வரவழைத்துக்கொண்டு அதற்கு முக்கியமாக போன மந்த்லி டெஸ்டில் கணக்கில் நூத்துக்கு நூறு வாங்கியிருக்க வேண்டும். “அம்மா! வரும்போது ஃப்ருடீ ஒண்ணும் வாங்கிக்கட்டுமா” என்று கேட்பேன்.

“பல்லெல்லாம் பாரு! மஞ்சள் வழிஞ்சு கெடக்கு! ஒழுங்கா ரெண்டு வேளையும் பல்லு தேச்சாத்தானே! இந்த லட்சணத்துல ஃப்ரூடிய வேற தின்னா? பைத்தியத்துக்கு பாம்பு பிடுங்கினா மாதிரி இருக்கும்!”

வெசவு வந்தவுடன் முகத்தைப் பரிதாபமாக வைத்துக்கொள்வேன். சில சமயம், “சரி சரி ஒண்ணே ஒண்ணுதான்” என்று பர்மிஷன் கொடுத்துவிடுவாள்.

அதையும் தாண்டினால். காந்தி நகர் இரண்டாம் கிராஸ் ரோடு வருவதற்கு முந்தைய கடைசி வீடு வசுந்தரா இருந்தாள்.

“சட்டென்று போனை எடுத்துச் சில வினாடி ரிங் டோனுக்குப் பிறகு “கிசுகிசுக்குரலில் “சொல்லு ரகு! இப்ப என்ன அவசரம்” என்பாள்.

“காந்தி நகருக்கு வந்திருக்கேன்!”

“ஃபோர்த் மெயின் ரோடா? பழசுலயே காலந்தள்ளிண்டு இரு! இப்ப பிராஃபிட் செண்ட்டர் ரிவ்யூ மீட்டிங்குடா! அப்புறமா பேசேன்!”

“சாரி வசுந்தரா! உன்னையும் சுந்தரையும் பத்தி...?”

“நீதான் யோசிக்கற. அவன் அதெல்லாம் சுத்தமா மாறந்தாச்சு.”

வசுவின் குரலில் எங்கேயோ ஏக்கம் தொனிப்பதை நான் அறிவேன்!

“குண்டூசி வேணும்!”

“நா காந்தி நகர் போய் வாங்கிண்டு வந்துர்ரேன்!”

“என்னது காந்தி நகரா? ஒரே ஒரு குண்டூசிக்கா? தெருமுனை கடையிலியே இருக்குமே?”

“இல்ல இல்ல. காந்தி நகர்லதான் நல்ல க்வாலிட்டி குண்டூசி கிடைக்கும்!”

நான் காந்தி நகருக்குப்போக காரணம் கிடைத்துவிட்டது.

லதாவின் குரல் முடிவதற்குள் நான் வாசல் கேட்டை…

அதான் முதல் வரியிலேயே சொல்லிட்டேனே!

சீனி சக்கரை

உங்களுக்கு சீனி சக்கரை என்னும் என் கிளாஸ்மெட்டு சீனுவாசனைப் பற்றிச் சொல்ல வேண்டும்.

கரடிக்குட்டிக்கு உடம்பில் இருப்பதுபோல நெட்டுக்குத்தாக ஒரு இஞ்ச் அளவுக்கு நல்ல திடமான கறுப்பு முடி. கொஞ்சம் கோம்பைத் தலை சற்றே எல்லிப்டிக்கலாக வளைந்தாற்போல சில கோணங்களில் தெரியும். யாராவது ஃப்ரெனாலஜிஸ்டைக் கேட்டால் அவர் சீனியின் மண்டை ஷேப்புக்கு ஏதானும் பேர் சொல்லுவார். பத்தாவதின் போதே மீசை ஆரமித்துவிட்ட களையான வெளுப்பு. கண்கள் தாழ்த்தியே இருக்கும். ஒருவித அடிபட்ட தன்மை போல கூச்சம் மின்னும் முக பாவம். நடராஜனைக் கேட்டால் “மெர்ஸ்கி அண்ட் ஸ்பியர்ஸ் சொல்லும் ஸைக்கால்ஜியா” என்றெல்லாம் ஜல்லி அடிப்பான். சீனியின் முதுகு கூட சற்றே வளைந்து உட்காரும்போது கூனல் போடும்.

பேச்சில் வார்த்தை எண்ணும்படிதான் வந்து விழும். கேட்டதற்கு பதில் மட்டும்தான், அவனாகப் பேசி அதிகம் பார்த்ததில்லை, ஓஹோ, கேட்டதில்லை என்று சொல்லணுமா? ஆனால் கையில் கலை மிளிரும். படவா, என்னமா டிராயிங் போடுவான். ஆனால் போட வைக்கவே முடியாது.

“டேய் டேய் எனக்கு ஒரு ரோஜா படம் போட்டுத்தாடா?”

பல நாள் கெஞ்சினால், “எனக்கு சரியா வரதுடா” என்று சொல்லுவான். ஆனால் சட் சட்டென்று பென்சிலால் கிறுக்கி அபார ரோஜா வரைந்து, “நீயே கலர் பண்ணிக்கோ! எங்கிட்ட கேக்காத” என்று சொல்லிவிட்டு விட்டேத்தியாகப் போய்விடுவான்.

ஜெனமேஜெயன் என்று எங்களுக்கு ஒரு ஆர்ட் மாஸ்டர். குள்ளமாக கச்சிதமாக பெரிய கட்டுரையைச் சுருக்கினா மாதிரி இருப்பார். கிளாஸ் ஆரம்பித்து பத்து நிமிஷங்களுக்கு அப்புறம்தான் மெதுவாக நடந்து வருவார். குள்ளமாக கிட்டத்தட்ட ஐந்து அடி ரெண்டங்குலம் உயரமே இருப்பார். எப்போதும் வெளிர் கருப்பு பாண்ட்டும், வெள்ளை முழுக்கைச் சட்டையும் போட்டிருப்பார். கை உருட்டி மடித்து முழங்கை வரை விட்டிருப்பார். முகத்தில் எப்போதும் ஒரு சின்ன சிரிப்பு இருக்கும். அது புன்னகையா அல்லது அவர் முக வாகே அப்படியா என்று தெரியவில்லை. கொஞ்சம் அசட்டுச் சிரிப்பு போலவும் இருக்கும், ஆனால் அது முகத்திலிருந்து மறையவே மறையாது. ஆடி ஆடி நடந்து வந்து உட்கார்ந்துகொள்வார். அதற்கு முன் கரும்பலகையில் அழகான கை எழுத்தில் “சித்திரம்” என்று எழுதிவிட்டுத்தான் உட்காருவார். பிறகு, “இன்னிக்கு எல்லோரும் ஒரு நாற்காலி அல்லது ஒரு தென்னை மரம் வரைய வேண்டும்” என்று சொல்லிவிட்டு சாய்ந்து உட்கார்ந்துகொண்டு விடுவார். அதோடு அமைதிதான். நாங்கள் பத்தே நிமிஷங்களில் ஏதானும் வரைந்து விட்டு நோட்டை அவரிடம் கொண்டு போய் நீட்டுவோம். அதை ஒரு பார்வை பார்ப்பார். ஒன்றுமே பேச மாட்டார். தன்னுடைய பச்சைக்கலர் பேனாவில் ஏ பி அல்லது சி என்று போட்டுக் கையெழுத்திடுவார். ஒரு முக்கல் முனகல் இருக்காது.

வருஷத்தில் ஒரு நாள் மட்டும் ஒவ்வொருத்தராய் வந்து போர்டில் படம் போட வேண்டும். அது ஏதோ டெஸ்ட் மாதிரியான சமாச்சாரம். அன்று மட்டும் சீனி ஒற்றைக்கால் மாற்றி மாற்றி நின்று அபாரமாகப் படம் போட்டுவிடுவான். குதிரை மேல் வீரன். கொடி வைத்துக்கொண்டு ஒரு ஆசாமி. திருப்பூர்க்குமரன் என்று நாங்கள் சொல்லிக்கொள்வோம் தத்ரூபமாய் இருக்கும்.

அவனிடம் இன்னொரு விசேஷம் உண்டு.

பையன் வீட்டில் “செயலான” குடும்பம். அப்பா பெரிய லாயர். ஆனால் கோர்ட்டுக்கெல்லாம் போய் நாங்கள் பார்த்ததில்லை. பெரிய தடிமனான புஸ்தகமெல்லாம் எழுதியிருக்கிறார். பஞ்ச கச்சம் வைத்துக் கட்டின வேஷ்டி. ராஜாஜி டைப் கை வைத்த பனியன் போட்டுக்கொண்டு காதுகளில் புசு புசுவென மயிரோடு இருக்கும் அவன் அப்பாவை நான் பார்த்திருக்கிறேன்.

நீ எங்கே அவன் வீட்டுப்பக்கம் போனே என்று கேட்பீர்களேயானால் அதற்கும் வைத்திருக்கிறேன்.

இந்திரஜால் காமிக்ஸ் என்று ஃபாண்ட்டமெல்லாம் வருமே அந்த காமிக்ஸை சீனி வீட்டில் ஒரு மாதம் விடாமல் காசு கொடுத்து வாங்கித்தருவார்கள். எங்கள் கால ஸ்கூல் வழக்கப்படி அலுமினியப் பொட்டியில் திறந்தால் காக்கிப்பை எலாஸ்டிக்கெல்லாம் வைத்திருக்குமே, அந்த எலாஸ்டிக்குக்கும் மேலே தெரியும்படி எடுத்து வந்து படிப்பான். கேட்டால் தரவெல்லாம் மாட்டான். ஆனால் “இந்தா! என் பக்கத்துல உக்காந்து படிடா” என்று எட்டு இடமும் குளிர்ந்திருந்தால் அனுமதிப்பான். லீவு நாட்களில் அவன் வீட்டுக்குப்போய் காமிக்ஸ் கேட்டாலும் அதேதான். “இங்க திண்ணையிலயே உக்காந்து படிச்சுட்டு போடா” என்று தருவான். அதுவும் ஒவ்வொன்றாகத்தான் தருவான்!

தினமும் ஸ்கூலுக்கு அவன் அண்ணன் கிருஷ்ணனுடன் சைக்கிளில் உட்கார்ந்து வருவான். அதேபோல சாயங்காலம் அமைதியாகப் போய் சைக்கிள் ஸ்டாண்டில் அண்ணன் சைக்கிளுக்குப் பக்கத்தில் போய் நின்றுகொள்வான். லேட்டோ சீக்கிரமோ கிருஷ்ணன் வந்தாவுட்டுதான் இவனும் கிளம்புவான். கோபமோ பதட்டமோ பரபரப்போ எதுவும் இல்லாமல் சகோதரர்கள் ஒரு வார்த்தை பேசிக்கொள்ளாமல் ஆழ்ந்த புரிதலுடன் ஒன்றாகப் போய் வருவார்கள்.

கோபம் சண்டையெல்லாம் போட்டதாகச் செய்தி இல்லை. அமைதியாகத்தான் இருப்பான். சுமாராக நன்றாகவே படிப்பான். விளையாட மாட்டான்.

ஸ்கூலெல்லாம் விட்டு நாற்பது வருடங்களுக்கு மேலான பின் எங்களில் சிலர் சந்திக்கும்போது சீனி பற்றிப் பேச்சு வரும்.

"எவ்வளவு அமைதியா இருப்பாண்டா! அவனுக்கு நரம்பெல்லாம் இருக்குமோ? டென்ஷனாகியே பார்க்க முடியாது!"

இந்த ரீதியில் பேசிவிட்டுப் பிரியும்போதெல்லாம் நினைத்துக்கூட பார்த்ததில்லை.

போன மாதம் ஒரு புத்தக வெளியீட்டில் கிருஷ்ணனைப் பார்த்தேன்.

"ரகு! நீ ரகுதானே? எப்படி இருக்கே?"

"ஓ ஃபைன்!"

"திலீப் சொன்னான். ஏதோ எழுதறியாமே?"

"அது சும்மா... ஆமா சீனி எப்படி இருக்கான்?"

"என்னது சீனியா? ஹை பிளட் பிரெஷர்ல செத்துப்போய்ட்டானே! ஆச்சே மூணு வருஷம்!"

களக்காடு கணபதி

என் பாலகாண்டத்து நண்பன் பட்டாபியிடமிருந்து இன்று காலையே போன்.

"ரகு! களக்காடு கணபதி ஞாபகம் இருக்கா உனக்கு?"

"இருக்கே! என்னாச்சு, சொல்லு?"

இருங்கள், பின்னால் சொல்லுகிறேன்.

பட்டாபியாகப்பட்டவன் என் அடையாறு நண்பனல்ல. அதற்கும் முந்தைய என் ஸைஸவ காலத்திய ஸ்னேஹிதம். முதலாம் வகுப்பிலேயே பிரிந்தும் விட்டோம். பின்னாளில் லயோலா காலேஜில் ராமகிருஷ்ணா பள்ளி செட் ஒன்று என்னோடு சேர்ந்தபோது பட்டாபியின் தொடர்பு மறுபடி துளிர்விட்டது. அவன் விவேகானந்தாவில் சேர்ந்திருந்தான். அடையாறில் அப்போதுதான் தோன்றித் துளிர்விட்டுக்கொண்டிருந்த பெசண்ட் நகருக்கு ஏதோ ஆர் பி ஐ அல்லது பி டபிள்யூ டி குவார்ட்டர்ஸுக்கு வந்திருந்தான்.

பட்டாபி அப்போது, அதாவது காலேஜ் தினங்களில், ஒல்லியாக மார்பெல்லாம் ஒட்டிப்போய் கன்னங்களும் உள்ளடங்கி ஆனால் கண்களில் பொறி பறக்கும் தீட்சண்யத்துடன் இருப்பான். அபாரமாக கிரிக்கெட் விளையாடுவான். கிரிக்கெட் என்றால் நாங்கள் விளையாடிய சாணி தோய்த்த கார்க் பால் கிரிக்கெட் இல்லை. நிஜமான லின்சீட் எண்ணெய் தடவிய பாட், ரத்த சிவப்பு

கிரிக்கெட் பந்து, நாங்கள் அதுவரை பார்த்தேயிராத அப்டமன் கார்டெல்லாம் போட்டுக்கொண்டு காந்தி நகர் கிரவுண்டில் விளையாடும் அசல் கிரிக்கெட்.

அந்த மாட்ச் இன்றுவரை எனக்கு மறக்கவில்லை.

“அந்தப் பந்து எங்கியோ வெளில பிட்ச் ஆச்சு. நான் நிச்சயம் ஒய்ட்ன்னு நெனச்சேன். தரையில பட்ட அடுத்த செகிண்ட் சட்டுனு எழும்பி வலது பக்கம் அடிச்சுது பாரு ஒரு டேர்னு... சும்மா சர்ருனு உள்ள பூந்து மிடில் ஸ்டம்ப பேர்த்துடுச்சி!”

ஒல்லி உடம்புக்குள் எப்படி அத்தனை வேகம் என்பது போல ஃபாஸ்ட் போலிங் போடுவான் பட்டாபி. பிற்பாடு ஒய் எம் ஏவுக்கு விளையாடி ஸ்பிக்கில் சேர்ந்து... சரி விடுங்கள்.

எனக்கு இந்த ஏப்ரல் மாசம் ஜெர்மனியில் பினா கொதேக் என்ற ஆர்ட் ம்யூசியத்துக்குப்போன ஞாபகம் வந்தது.

யூ பான் என்னும் டிரெயின் பிடித்து, என்னென்னவோ ஸ்டேஷன் மாறி, கியோனிக்ஸ் ஸ்ப்ளாட்ஸ் என்னும் இடத்தில் பினா கொதேக் என்னும் காண்டெம்பொரரி ஆர்ட் ம்யூசியம் இருக்கிறது.

அம்மா என்னை பெருமாள் கடையில் உப்போ புளியோ வாங்க அனுப்புவாள். கம்மர்கட்டு லஞ்சத்துடன் திரும்பி வரும் வழியில் அந்த பில்டிங் காண்டிராக்டர் வீட்டுச் சுவரின், மேலே ஜாலி வைத்துக் கட்டியிருப்பார்களே, அதன் அடிப்பாகத்தில் கொஞ்சமே மனம் பிறழ்ந்த களக்காடு கணபதி கரிக்கட்டியால் தத்ரூபமாக பிள்ளையார் மயிலெல்லாம் வரைந்து வைத்திருப்பான். கண் கொட்டாமல் பார்த்தால் மயில் அசையும்! ஒருமுறை அவன் வரைந்திருந்த தென்னை மர கரிக்கோட்டுப்பத்தில் ஓலை அசைவதைப் போன்ற சலனத்தை உண்டாக்கும் உன்னதம் கூடக்கண்டிருக்கிறேன். எப்போது பெருமாள் கடைக்குப்போனாலும் களக்காடு கணபதியின் ஓவியங்களைப் பார்ப்பது எனக்கு மட்டுமில்லை, அந்தத் தெருவில் போவோர் வருவோருக்கும் வழக்கமாகியிருந்தது.

கொஞ்சம் துப்பறியும் சாம்புவை நினைவுபடுத்திக்கொண்டு உடனேயே அவன் மூக்கை சாதாரணமாக்கி உடல் பருமனைக்கூட்டி எண்ணிப்பாருங்கள், அதுதான் களக்காடு கணபதி. கறுப்புச்

சட்டைக்காரர்களுக்கு பயப்படாமல் குடுமி வைத்திருப்பான். முகத்தில் ஒரு அசட்டுக்களை இருக்கும். ஓரிரு சமயங்களில் அவன் கரியினால் அந்தச் சுவரில் படம் போடும்போது கூட பார்த்திருக்கிறேன். வாயைக்குவித்து வைத்துக்கொண்டிருப்பான். இடது கை பின்னால் பிருஷ்டத்தில் தொட்டுக்கொண்டிருக்க ஒற்றை வலது கையினால் சுவரில் ஜாலங்கள் விரியும்.

அந்தச் சின்ன வயதிலேயே வேஷ்டிதான் கட்டுவான். அவன் தம்பி ரமணி ஸ்கூலுக்கெல்லாம் வர, கணபதியை ஏனோ அவன் அப்பா வேதாத்தியானத்துக்கு அனுப்பிக்கொண்டிருந்தார். சில சமயம் காந்திநகர் பிள்ளையார் கோவிலில் உரக்க ருத்ரமோ சமகமோ சொல்லுவதைக் கேட்டிருக்கிறேன்.

சொல்லிக்கொண்டிருந்தேனே, அந்த ம்யூனிக்கின் பினா கொதெக்கில் நான் பார்த்த பல சித்திரங்கள் அடாசுதான். என்ன எழவைச்சொல்ல வருகிறான் அந்த ஆர்டிஸ்ட் என்பதே புரியாமல் ஒரு மகா போர்டில் என்னென்னவோ கோடுகளும் வட்டங்களுமாய்ச் சில வண்ணங்கள் இறைத்திருக்க, சம்பந்தமே இல்லாமல் வனம் என்ற தலைப்பு!

இது என் பிளட் பிரஷருக்கு ஒவ்வாது என்பதால் சற்றே நகர்ந்து வேறொரு பெரிய அறைக்குப்போனால் மொத்தமாய்ப் பெண் பிள்ளைகளின் சித்திரங்கள். ஒரு படத்தில் கோடுகோடாய்க் கெட்ட காரியம் பண்ணும் பெண் பிள்ளைகள் படத்தின் அடியில் விலை 38 000 யுரோ என்று போட்டிருந்தது!

30 லட்ச ரூவாயா? படவா!

பூப் பூப்பது போல, காற்று வீசுவதுபோல நிலா காய்வதுபோல எந்தப் பலனையும் எதிர்பாராமல் அழகான படம் வரைந்த களக்காடு கணபதியின் நினைவு ஏன் வந்தது என்பதைத் தேர்ந்த சமூகவியலாளர்கள் யாராவது சொல்லலாம். அதற்குள் பட்டாபி போன் பத்திச் சொல்லி முடித்துவிடுகிறேன்.

“என்ன ஆச்சடா களக்காடு கணபதிக்கு?”

“நேத்து அடையாறு டைம்ஸ்ல அவன் போட்டோ போட்டிருந்தாங்க. போன் பண்ணி விஜாரிச்சேன்.”

“சீக்கிரம் சொல்லு!”

“அவனுக்கு வேத வ்யாச சமஸ்கிருத அவார்ட் குடுத்திருக்காங்க. யூனைட்டெட் நேஷன்ல ஒரு அழைப்பும் கூட!”

“வாவ்!”

“அவங்கிட்ட, இல்ல இல்லை, இப்ப அவர்னு சொல்லணும், பேசினேன்! டிராயிங்கெல்லாம் எப்படி போயிண்டு இருக்குன்னு கேட்டேண்டா!”

“என்ன சொன்னான்?”

“அந்தப் பைத்தியக்காரத்தனத்தையெல்லாம் எப்பவோ நிறுத்தியாச்சு!”

போனை வைத்தவுடன் என்னைத் தாக்கியது சந்தோஷமா வருத்தமா?

சோனி

கஸ்தூரிபாய் நகர் டைலர் கடைக்கு அடுத்த லாண்டரி கடையில் அவசரத்துக்கு அயர்ன் பண்ணத் துணி குடுத்திருந்தேன். வாங்கி வரப்போனபோது டைலர் கடையில் எட்டிப்பார்த்தேன்.

"வா சார்! எதுனா தெக்கணுமா?"

"இல்லைப்பா! காஜா பையன் எங்க காணும்?"

"யாரு சோனியா? அவன் எங்க இங்க..?"

"ஏன் என்ன ஆச்சு?"

"எல்லா நன்றி கெட்ட பயலுவ சார்! ஊருலேர்ந்து கூட்டியாந்து காஜாலேர்ந்து தெக்கறவரைக்கும் கத்துக்குடுத்தேன். ஆத்தாளுக்கு மேலுக்கு சரியில்லன்னு நாலு நாள் லீவு கேட்டுக்கினு போனவந்தான். போன வாரம் ஊர்லேர்ந்து வந்த மச்சான் சொல்லித்தான் தெரியும்! சொல்லாம கொள்ளாம ஊர்ல போய் சொந்தமா தையக்கட போட்றுக்கான் சார்!"

எனக்கு ஏன் சந்தோஷமாக இருந்தது என்பதைத் தெரிந்துகொள்ள வேண்டுமென்றால் போன வருஷம் நடந்த சமாச்சாரம் உங்களுக்குச் சொல்லவேண்டும்.

விகடன் வாங்க கடைக்குப் போனேன்.

ஐம்பது ரூபாய் நோட்டை எடுத்துக்கொடுத்து, “ஆனந்த விகடன்” என்று கேட்டேன். கடைக்காரர் அந்தப் பக்கம் திரும்பி புத்தகக் குவியலிலிருந்து விகடன் எடுக்குமுன் என்னைத் தள்ளிக்கொண்டு ஒரு பையன், நாடாரே! ரெண்டு பட்டர் பிஸ்கேட்.”

பையன் என்றா சொன்னேன், இல்லை. பையன் மாதிரியான உடல்வாகு, அகலவாட்டத்தில் ஐந்து அல்லது ஆறு அங்குலம் தான் இருப்பார். முகத்தில் virgin moustache. முழு கால்சட்டையும் அரைக்கை வைத்த பனியனுமாய் இருந்தார். ஒரே பரபரப்பாய் இருந்தார்.

“நாடாரே! கேட்டேனே, ரெண்டு பட்டர் பிஸ்கேட்.”

கடைக்காரர் நாடாரா என்று தெரியவில்லை. அவரும் மறுக்கவில்லை.

இவர் கால் மாற்றிக் கால்மாற்றி நின்றார். மறுபடி “தர்ரீங்களா...”

இதற்குள் விகடனை எடுத்துவிட்ட கடைக்காரர் அதை என்னிடம் கொடுத்துவிட்டு, “இருப்பா, வேலையாத்தானே இருக்கேன்.”

பட்டர் பிஸ்கெட் பாட்டிலின் மேல் உள்ள தகர மூடியில் ஒரு ரூபாய் காயினால் “டொக் டொக்” என்று தட்டினார்.

“பட்டர் பிஸ்கெட், ரெண்டு”

மறுபடி கால் மாற்றல்.

என்னுடைய சில்லறைக்கு முன்பாகவே கடைக்காரர் ரெண்டு பட்டர் பிஸ்கெட்டை அவரிடம் கொடுத்து, “ஒரு ரூபாய் குடு” என்று கேட்டு வாங்கிவிட்டு எனக்கு சில்லறை கொடுத்தார்.

“என்னா அவசரம் பாருங்க!”

பொதுவாக என்னிடம் புகார் செய்தவாறே கடைக்காரர் அடுத்த கஸ்டமருக்குப் போனார்.

பட்டர் பிஸ்கெட் ஆசாமி கடைக்கு வெளியேவே நின்று கொண்டிருந்தார்.

கவனித்தேன்.

ஒரு பிஸ்கெட்டை சின்னதாகக் கடித்தார். அதன் இனிப்பில் மொரமொரப்பில் கிளர்ந்து கண்களை மூடி அனுபவித்தார். இப்போது அடுத்த கடி.

நான் விகடனைப் புரட்டுவதுபோல ஓரக்கண்ணால் அவரைப் பார்த்தேன்.

இன்னும் ரசித்து அடுத்த துண்டை முடித்தார். ரெண்டாவது பிஸ்கெட்டை ஆசையோடு பார்த்தார். தின்னலாமா வேண்டாமா என்று யோசனைபோல நிதானித்தார். ஏதோ முடிவுக்கு வந்தவர் போல சின்னச் சின்னக் கடிகளாகக் கடித்துத் தின்று முடித்தார். அந்தச் சிறிய காகிதத்தைக் கசக்கி, தெருவோரம் எறிந்துவிட்டு பரபரப்பாக ரோடைக் கடந்து எதிரே உள்ள டெய்லர் கடையில் புகுந்தார்.

அவரின் முக பாவம், பரபரப்பு, அந்த ரசனை எல்லாம் என்னை அவர் பால் இழுக்க, நானும் ரோடை க்ராஸ் செய்து டெய்லர் கடைக்குள் நுழைந்தேன்.

“ஜீன்ஸ் கிழிந்த இடத்தில் தைத்துக்கொடுப்பீர்களா?”

ஏதானும் கேட்கவேண்டுமே என்று கேட்டேன்.

நம்ம பிஸ்கெட் ஆசாமி இதற்குள் தரையில் உட்கார்ந்து காஜா எடுக்க ஆரம்பித்துவிட்டார்.

“குட்த்தனுப்புங்க சார். அந்த மூணாவது தெரு, தனி வீடுதானே? டேய்! சாப்டுட்டு சார் வூட்டுக்குப் போய் ஜீன்ச வாங்கியா, என்ன?”

“இப்பதான் சாப்ட்டேன்! கூடவே வீட்டுக்கு வரவா சார்?

அன்று நிம்மதியாகச் சாப்பிட முடியவில்லை. ஆனால் சோனி ஊர்ப்பக்கம் தனிக்கடை போட்டுவிட்டான் என்பது........

டெய்லருக்குத் தெரியாமல் ஆனந்தப்பட்டேன்!

தினசரி

மணி ஆறரை.

பேப்பர் இன்னும் வரவில்லை. இன்னும் அரை மணி நேரத்தில் கிளம்பியாக வேண்டும். தெருவுக்கு வரும் அத்தனை பேப்பர்காரர்களும் ஆறு மணிக்கே வந்துபோய்விட்டனர். எங்காள் இன்னும் தரிசனம் தரவில்லை.

சில நாள் காலையில் பார்த்திருக்கிறேன். அந்த சைக்கிளை அப்படியே சலாக்காக ப்ரேக் போட்டு நிறுத்தி, இடுப்பை வளைத்து பேப்பரை உருவி, அதே கையால் கோணாமாணாவென்று மடித்து ஒரு விசிறல்.

அது "பொளக்"கென்று பிரிந்து சென்னை டைம்ஸ் பாதி வெளியே வந்து சரியாக கார் டயரின் அழுக்கில் விழுந்து இளிக்கும். சில நாட்களில் குறிபார்த்துச் சரியா எறிஞ்சா மாதிரி துக்குணியூண்டு காயாமல் இருக்கும் வாசல் தெளித்த தண்ணீரில் சொத்! காபியில் தோய்த்து பிஸ்கெட் திம்போமே, அப்போது எடுத்து வாயில் போடுவதற்குள் நழுவி கப்பில் விழும்போது ஒரு சொத சொத... அன்னிக்கு அது மாதிரி தத்தக்க பித்தக்கவென்று எடுத்துப் படிக்க வேண்டும். இரண்டாவது பக்கம் புரட்டினால் திப்பிரி திப்பிரி யாக உதிரும்.

அவனுடைய முதலாளி பில் பணம் வாங்க வரும்போது சொல்லிப் பார்த்தேன்.

"படவா! அப்படியா பண்றான்! நான் சொல்றேன் சார்! அதென்ன கெட்ட வழக்கம், பேப்பர தூக்கி எறியறது?"

அடுத்த மூணாவது நாள் எதேச்சையாக காலையில் வாசலுக்கு வந்த போது பேப்பர் சொத்தென்று விழ, அவனைக் கூப்பிட்டு சவட்டலாம் என்று கேட்டுக்குப் போனால் விரைந்த ஸ்கூட்டரில் அந்த முதலாளி!

அந்தப் பையனைப் பிடிப்பது ஒரு பெரிய சவாலாகிவிட்டது எனக்கு.

திங்கட்கிழமை சீக்கிரம் எழுந்துக்கலாம் என்றால் ஞாயிற்றுக் கிழமையே சோக சித்திரமாய்த் தூங்கப்போவதால் மூஞ்சி முழ நீளத்துக்கு சோர்வாய்ப்போய், எழுந்துக்கும் போதே ஏழரை ஆகிவிடும்.

செவ்வாய்க்கிழமை எழுந்துவிட்டேன். வாசலிலேயே நடமாடிக் கொண்டிருந்தேன் ஆளைப் பிடிக்கலாம் என்று. மியாவ் மியாவ் என்று சத்தம். பார்த்தால் மோட்டார் ரூமுக்குள் சின்னச் சின்ன குட்டிப் பூனைகள்! அவசர அவசரமாய் லதாவிடம் “மோட்டார் ஆன் பண்ணவேண்டாம்” என்று சொல்லி, நீண்ட கழி எடுத்து ஒவ்வோரு குட்டியையும் ஒரு மாதிரி விரட்டிவிட்டு நிமிர்ந்தால், தமிழ் சினிமா காலேஜில் கொடுக்கும் டிகிரி போல சுருட்டி வைத்த பேப்பர் காருக்கடியில்!

புதன் கிழமை எல்லாம் தயாராக இருந்தும் மிஸ் பண்ணின காரணத்தைச் சொன்னால் இந்த “சௌசால” விஷயம் இல்லாமல் வ்யாசம் எழுத உனக்கு வராதா என்பீர்கள். இத்தனை அக்கப்போருக்குப்பின் அவனை வெள்ளிக்கிழமை பிடித்துவிட்டேன்.

“இங்க வா தம்பி”

“சொல்லுங்க சார்”

“அது ஏம்ப்பா பேப்பர அப்படி எறிஞ்சுட்டுப்போற. எப்படி கசங்கி, சுருண்டு.. புது பேப்பர் படிக்கிற ஃபீலிங்கே இல்லாம போய்டறது!”

“சாரி சார்!”

“சாரி சொன்னா ஆச்சா?”

“சொல்லுங்க சார்...”

"இனிமே கேட்டத் திறந்து திண்ணை மேல வெச்சுட்டுப்போகணும்"

பதில் இல்லை.

"என்னப்பா. செய்வியா இல்ல, உங்க முதலாளிகிட்ட சொல்லி ஆள மாத்தச் சொல்லட்டுமா?"

"டிரை பண்றேன் சார்."

"என்னது, டிரை பண்ணுவியா? நான் இவ்ளோ சொன்னப்புறமும் இப்படி தெனாவட்டா பேசற? உன்னல்லாம் சும்மா விடப்படாது. உங்க முதலாளிகிட்ட இப்பவே போன் பண்றேன். இனிமே நீ எங்க வீட்டுக்கு பேப்பர் போட வேணாம்!"

வெடித்தேன் கோபத்தில்.

எதிர் வீட்டில் கார் துடைத்துக்கொண்டிருந்த வாட்ச்மேன், வாசலில் வாக் போய்க்கொண்டிருந்த ஒரு தாத்தா, ஸ்கூல் பஸ்ஸுக்காக நின்றுகொண்டிருந்த அந்தப் பெண்... எல்லோரும் எங்களைப் பார்க்க, பேப்பர் இளைஞன், "வேணாம் வேணாம் சார்! நான் இனிமே திண்ணைலேயே கொண்டு வந்து வெச்சுடறேன் சார்" - பணிவாகச் சொன்னான்.

அவனின் சரணாகதியில் கொஞ்சம் ஈகோ தேறிவிட, "அப்படி என்னப்பா கஷ்டம் உனக்கு."

"சார்! நான் ஈஸ்வரி இஞ்ஜினீயரிங் காலேஜுல பி ஈ படிக்கறேன் சார். செகண்ட் இயர். காலேஜ் பஸ்ஸுல என்னால போக முடியாது. பஸ் ஃபீஸ் கட்டுப்படி ஆகாது. அதோட ஆறு மணிக்கே கௌம்பணும். அப்போ இந்த பேப்பர் போடற வருமானம் கெடக்காது சார். அதனால அவசர அவசரமா பேப்பர் போட்டுட்டு, வீட்டுக்கு ஓடி சிடி பஸ்ஸுல போகணும். அதுவே பாதி நாள் லேட்டாய்டறது சார். இனிமே உங்க வீட்டுக்கு சரியா போட்டுடறேன் சார். முதலாளிகிட்ட சொல்லிடாதீங்க!"

இப்போதும் தினமும் பேப்பர் காருக்கடியில் சுருண்டும் கலைந்தும் தான் விழுகிறது.

நானே, "அப்படியே போட்டுவிட்டுப் போப்பா, நான் பாத்து எடுத்துக்கறேன்" என்று சொல்லிவிட்டேன்.

சுகன்யா டீச்சர்

எட்டாங்கிளாஸில் நுழைந்த முதல் நாள் காலை -

"ரகு! நீதான் கிளாஸ் லீடர்."

சுகன்யா டீச்சர், அறிவித்தது சந்தோஷமாகவும் பயமாகவும் இருந்தது. ஏழாம் க்ளாஸ் முழுப் பரீட்சையில் நான் முதல் ராங்க் வாங்கியிருந்தமையால் என்று நானும் வெகு சிலரும், "ரகுவோட அம்மா சுகன்யா டீச்சருக்கு நல்ல ஃப்ரெண்ட் அதுனால்தான்" என்று பலராலும் எண்ணப்பட்ட போஸ்டிங்!

க்ளாஸ் லீடர் என்றவுடன் ஏதோ பிரதம மந்திரி ரேஞ்சுக்குக் கற்பனை பண்ணிக்கொள்ளாதீர்கள். டீச்சர்கள் இல்லாதபோது க்ளாஸில் பேசுபவர்களின் பேர் எழுதும் எட்டப்பன் வேலை!

அப்புறம் க்ளாஸ் நடக்கும்போது டீச்சர்களுக்கு ஏதானும் தேவை இருந்தால் ஸ்டாஃப் ரூமுக்குப்போய் கொண்டு வருவது, பி. டி. பீரியடில் கிரவுண்டுக்கு பையன்களை ஓட்டிக்கொண்டு போவது போன்ற சகாயங்கள் செய்வதுதான் இந்த லீடரின் முதன்மைப் பொறுப்பு.

இதில் முதல் காரியமே கொஞ்சம் எனக்கு வயிற்றைப் பிசைந்தது.

காரணம் பாளையம்!

ஐ ஐ டியிலிருந்து வருவான். டிராயிங் வாத்தியார் ஜெனமேஜெயன் முதல் நாள் க்ளாசுக்கு வந்தவுடன் நாங்கள் எல்லோரும்

எழுந்து “குட் மார்னிங் சார்” என்று கோரஸாகக் கத்தியபின் உட்கார்ந்தோம்.

“டேய்! உன் பேர் என்ன?”

“பாளையம் சார்.”

“நீ ஏன் நிக்கற, உட்காரேன்!”

“நான் உக்கார்ந்துண்டுதான் சார் இருக்கேன்.”

அப்பேர்ப்பட்ட உயரமான பையன்!

அவன் ஹாக்கி விளையாடுவான். எங்க ஸ்கூலிலேயே ஹாக்கி விளையாடத் தெரிந்த விற்பன்னர்கள் ஓர்த்தரோ ரெண்டு பேரோதான், மற்றபடி சரியான தொத்தல் டீம். அதனால் ஹாக்கிக்காகவே அவனை வனவாணி ஸ்கூலிலேர்ந்து கெஞ்சி இங்கே சேர்த்துக்கொண்டார்கள்.

பாளையம் வாழ்க்கையில் சிம்பிளாக இருக்கத் தெரிந்தவன். ஹாக்கி விளையாடத்தானே அட்மிஷன் கொடுத்தீர்கள். அது மட்டும்தான் விளையாடுவேன்” என்ற சங்கல்பத்தில் அட்சரம் படிக்க மாட்டான். ஆனால் ஏதோ அமெரிக்காவின் டாலர் க்ரைஸிஸைத் தீர்க்கப்போகும் லெவலுக்குப் பேசிக்கொண்டே இருப்பான்.

அதனால் பாதி நாள் நான் அவன் பேரை எழுதியாக வேண்டும்.

அவன் உயரத்தைப் பற்றிச் சொன்னேன். அகலமும் அதிகம்தான்! முறம் மாதிரி கைகள்! அடித்தால் ரெண்டு மூணு பல்லு உத்தரவாதமாக உதிரும்!

இந்த ஸ்டாஃப் ரூம் சமாசாரம் இருக்கிறதே அது கொஞ்சம் பரவாயில்லை. ஒன்றிரண்டு லக்ஸுரிக்கள் உண்டு. டெஸ்ட் நோட் எடுக்கப்போகும்போது க்ளாஸ் இல்லாமல் இருக்கும் ஒன்றிரண்டு டீச்சர்கள் வடை, காராச்சேவு என்று தின்றுகொண்டிருப்பார்கள். “வா ரகு! இந்தா சாப்பிடு” என்று ஒரு கை அள்ளித் தருவார்கள். ஓரிரு சமயம் சுதந்திரா டீச்சர் எனக்கு மைசூர்ப்பாகு, கோலி சோடாவெல்லாம் குடுத்திருக்கிறார்!

சுகன்யா டீச்சர் கொஞ்சம் அக்ரெஸிவ்.

க்ளாசில் பேசுபவர்களுக்கு கற்பகம், ஜெனமேஜெயன், இசக்கிமுத்து போன்ற டீச்சர்கள் வழங்கும் தண்டனை, பக்கத்தில் இருப்பவனைக் கூப்பிட்டு, “டேய்! அவன் தலையில் ஒரு கொட்டு வை”, ஆனால் சுகன்யா டீச்சர் புதுமையாக வழங்கிய தண்டனை ஃபைன் பத்துப்பைசா.

அதன் தாத்பர்யம் புதுமையானது!

எங்கள் நாட்களில் பைசா வேண்டுமென்றால் வீட்டில் கேட்டுத்தான் கிடைக்கும். இப்போது போல, கையில் காசு புழங்காது. அடிக்கடி வீட்டில் காசு கேட்க முடியாதென்பதால் வகுப்பில் குற்றங்கள் குறையும். அதோடு, வருஷக் கடைசியில் முதல் மாணவனுக்கு வழங்கப்படும் நல்ல புத்தகம் இந்த ஃபைன் காசிலிருந்து என்று சொல்லிவிட்டார்.

“அது ரகுக்குத்தான் கிடைக்கும், பாரேன்” என்று நான் ஏதோ ரிக்கிங் செய்துவிட்டதாக பேச்சு அடிபட்டதை நானே அறிவேன்!

எங்கள் செட்டில் எல்லோருமே ஆங்கிலத்தில் ஓரளவு புலமை பெற்றவர்களாக இருப்பதன் முதல் காரணமே இந்த சுகன்யா டீச்சர்தான். கிராமரை சரியான விகிதத்தில் வழுமூன அரைத்து வேண்டிய அளவு உப்பு மிளகு கசகசா மசாலா சேர்த்துத் தொகையல் பண்ணிக்கொடுத்தார். அதனால் நாங்கள் எந்த ஆங்கில வ்யாசத்தையும் தப்பே இல்லாமல் எழுதிவிடுவோம்.

ஆனால் இங்கிலிஷில் பேசச்சொன்னால் ஆபத்து.

வாய் குழறும் நாக்கு தடித்துப்போய் துடிக்கும். உடலெங்கும் வேர்த்துவிடும், பத்மினி அந்தப் புராணப் படத்தில் வேகு வேகுவென டான்ஸ் ஆடிவிட்டு கோபத்தில் சிவாஜி கணேசனிடம் கோபித்துக் கொள்ளும்போது மூச்சு வாங்குமே, அது மாதிரி மூச்சுவாங்கி ஸ்தலத்தை விட்டு ஓடிவிடுவோம். நான் லயோலா காலேஜில் சேர்ந்த முதல் சில நாட்கள் ஆங்கிலத்தில் பேச முயற்சித்த வ்யாசம் இன்னும் பாக்கி இருக்கிறது. ரொம்ப ஆவலுடனெல்லாம் எதிர்பார்க்க வேண்டாம்! அதில் ஸ்த்ரீ சமாச்சாரம் ஏதும் கிடையாது!

எங்கள் பள்ளி நாட்களில் இந்த கல்கத்தா கன்ஃபெக்ஷனரி ஷனரி ஓர்க்ஸின் ஏ.ஒன். பபிள்கம், கொடி, கிரிக்கெட்டர்கள்

படம், மிருகங்கள் என்றெல்லாம் சேகரிக்கச்சொல்லி எங்களைத் தூங்காமல் அடித்த காலம். இது பற்றியும் பார்வதி ஸ்டோர் பற்றியும் முன்பொரு வ்யாசத்தில் எழுதியிருந்ததை நினைவில் வைத்துக்கொண்டிருப்பவர்களுக்கு சகல சௌபாக்கியங்களும் கிட்டும். கூடவே மேலும் வீட்டில் இன்று இரவு தேங்காய் துருவிப் போடாத முட்டைக்கோஸ் கரைமது இல்லாதிருக்க கடவுள் அருள் பாலிப்பார்.

ஸ்கூல் காம்பௌண்டுக்கு வெளியே ஒரு சின்ன தெரு, சற்றே வளைந்து காந்தி நகர் நாலாவது மெயின் ரோடில் சேர்ந்துகொள்ளும். ஸ்கூல் வாசலுக்கு நேர் எதிரே பார்வதி ஸ்டோர்ஸ். நாங்கள் அதை டும்மி கடை என்போம். ஓனர் குடுமி வைத்துக்கொண்டு கல்லாவில் எப்போதும் வாயில் எதையாவது அரைத்துக்கொண்டு இருப்பார். அவரை கி வா ஜவின் ஒன்றுவிட்ட தம்பி என்பார்கள். எனக்கு என்னவோ அது நம்பிக்கையாய்ப்படவில்லை.

“எம்ப்ளது ரூவாய்க்கு தம்பிடி குறையாது. போடான்னா, கம்மனாட்டி” என்று சில வண்டிக்காரர்களிடம் வெய்வதை நானே கேட்டிருக்கிறேன்.

இவராவது கி வா ஜவின் தம்பியாவது, ஹக்!

டும்மி கடைக்கு லாபமே அந்த *A 1* பபிள்கமில்தான் என்று சத்தியம் செய்தவர்கள் உண்டு.

சுகன்யா டீச்சருக்கு அதன் மேல் மஹா வெறுப்பு.

“உடம்புக்குக் கெடுதல்டா. அதப்போய் வாங்கி வாங்கி தின்னறீங்களே” என்று அங்கலாய்ப்பார். அவரின் க்ளாசில் யாராவது வாயை அசைத்தாலே “பபிள்கமா, முதல்ல வெளியே போய்த் துப்பிட்டு வா” என்று விரட்டிவிடுவார்.

இந்த வருடத்தில்தான் சந்திரிகா என்னும் கிருஷ்ணம்மாள் லவ் லெட்டர் சமாசாரத்தில், ராஜி மனோகரை மாட்டிவிட்டது ஒரு சுவாரஸ்ய நிகழ்வு.

நவம்பர் மாதம் எல்லா வருஷம் போல எக்ஸ்கர்ஷன் பேச்சு வந்தபோது, ருட்டீனாக காந்தி மண்டபம் போலாம் என்பதை சுகன்யா டீச்சரே புறந்தள்ளிவிட்டு, “என் க்ளாஸ் பசங்களை

நான் அவ்வை ஹோமுக்கு கூட்டிப்பொறேன்” என்று சொல்லி அழைத்துப்போனார்.

எழுந்தால் காபி, குளிச்சு சாப்பிட்டு ஸ்கூல், விளையாட்டு, மாதம் ஒன்றிரண்டு தடவை ஈராஸ் தியேட்டரில் பாடாவதிப் படங்கள், தீபாவளி புது டிரெஸ், சின்னச் சின்ன விஷயங்களுக்குக் கோவம், பொறாமை, அழுகை என்று மட்டுமே இருந்த எங்களை மாற்றிப்போட்ட எக்ஸ்கர்ஷன் அது.

ரெண்டாவது மாவடு போடவில்லை என்பதற்கும், சட்டை நீளமாகத் தைத்து வந்தது என்பதற்கும் “தலை மயிரை ஒட்ட வெட்டிவிடு” என்று அப்பா சலூன் முத்துவிடம் சொல்லிவிட்டார் என்பதற்கும் அழிச்சாட்டியம் பண்ணி இருக்கிறேன்.

நலிந்த கிழிந்த உடைகளுடன், ஏழு எட்டு வயசுச் சின்னச் சின்னப் பெண்கள் எங்களை அதிசயத்துடன் பார்க்க, நாங்கள் அந்தக் குழந்தைகளுக்குக் கணக்கு, ஆங்கிலம் சரித்திரம் என்று ஆளுக்கொரு சப்ஜெக்டில் பாடம் எடுத்தோம். முதலில் எங்களையே டீச்சராக்கின த்ரில்லில் ஆர்ப்பாட்டமாக சத்தம் போட்டுப் பேசி விளையாட்டாய் இருந்த ஒரு எதிர்பாராத கணத்தில் அந்த உண்மை தாக்கியது.

சரித்திரம் சொல்லித்தந்த ஈயம் ஒரு சின்னப் பெண்ணை எழுப்பிக் கேள்வி கேட்டான்:

“மஹாபலிபுரம் எங்க இருக்கு?”

“தெரியாதுண்ணா!”

“தெரியாதா?”

“ம்ஹூம்.”

“நீ உங்க அப்பா அம்மாவோட போனதே இல்லியா?”

“எனக்கு அப்பா அம்மாவே கிடையாதேண்ணா?”

சட்டென்று அமைதியானோம். வசுந்தராவும் இந்தப் பக்கம் ஈயமும் கண்கலங்கினார்கள். எங்களுக்கும் எதிர்பாராத அதிர்ச்சியைச் சந்தித்த அனுபவம். வாழ்க்கையைப்பற்றிய பர்ஸ்பக்டிவ் மாறின

தினம் அது. இன்றும் நாங்கள் சிலர் சந்திக்கும்போது அந்த தினத்தின் தாக்கத்தைப் பற்றிப் பேசாமல் இருப்பதில்லை.

“நீங்க எல்லோரும் பெரிய பெரிய ஆளாய்டுவீங்க. இந்த மாதிரி இருக்கறவங்களுக்கு எதானும் உதவி முடிஞ்சத பண்ணுங்க! அதுக்குத்தான் இந்த எக்ஸ்கர்ஷன்!”

சுகன்யா டீச்சர் மீதான மதிப்பு எட்டா உயரத்துக்குப்போனது.

மார்ச் மாதம் அந்த அகடெமிக் வருடத்தின் கடைசி நாள். ஃபைன் பணத்தை சேகரித்து வைத்திருந்த என்னை, கொண்டு வந்து தரச்சொன்னார்.

“யாராரு எவ்ளோ கொடுத்தாங்கன்னு எழுதி வெச்சிருக்கியா?

நோட்டைக் குடுத்தேன்.

கொடுத்திருந்த அத்தனை பணத்தையும் அவரவருக்கே திருப்பினதோட அல்லாமல், அதற்கு ஈடான அதே தொகையை தன் பர்ஸிலிருந்து கொடுத்தார்.

“நல்லபடியா செலவுபண்ணுங்க.”

வருடம் முழுக்க ஃபைன் கட்டாமல் சமத்தாய் இருந்த பையன்களும் பெண்டுகளும் அசடுவழிந்த சந்தோஷ தினம்.

2002 இல் ரிடயர் ஆகி பல்லாவரத்தில் அமைதியாக வாழ்ந்த ஒரு தினத்தில், கணவருடன் வெளியே போய்விட்டு ரயில்வே லயனை க்ராஸ் செய்யும்போது கணவர் மீது ரயில் மோதிவிட, அந்த அதிர்ச்சியில் பேச்சை இழந்துவிட்டார் சுகன்யா டீச்சர்.

அடுத்த வரி எழுத விருப்பமில்லை.

கமலக்கண்ணன் என்னும் தலைவன்...

உங்களில் பல பேருக்கு அடையாறு பலராமன் சாலையென்றால் இப்ப இருக்கும் இண்டெக்ரேட்டடும் மெஷின் செக்கு வைத்து சுத்தமான எண்ணெய் ஆட்டித்தரும் கடையும் இடையிடையே ஒளிந்துகொண்டிருக்கும் அபார்ட்மெண்ட்டுகளின் அழுக்கு வாசல் கேட்டும் அங்கு நின்று பராக்குப் பார்த்துக்கொண்டிருக்கும் மாக்சி தாவணி அணிந்த சில மனைவிகளும் மட்டுமே தெரியும். எனக்கு அந்த பலராமன் சாலைக்கு பலராமன் சாலை என்று பெயர் வருவதற்கு முன்பிருந்தே பரிச்சயம். கஸ்தூரிபா நகர் கிராஸ் ரோடைத் தாண்டினவுடனேயே தார் ரோடு நின்றுபோய் கப்பி ரோடு ஆரம்பிக்கும். அந்நாளில் நான் போட்டுக்கொண்டிருக்கும் ரப்பர் செருப்பால் தரையில் ஒரு அடி வைத்தால் குப்பென தெலுங்குப் பட தேவலோக சீன் போல புழுதி எழும்பி அப்படியே பரவி சட்டென்று ஓர் அவசர காற்றில் சைக்கெடெலிக்காக கலைந்து மறையும்.

"அடச்சீ! என்ன பழக்கம் இது? இப்பத்தானே குளிச்சுட்டு கிளம்பினே! வயல்வெளில வேலை செய்யறவனாட்டம் முழங்கால் வரைக்கும் அழுக்கு! பாந்தமா நடந்து வாடா!"

கூட வரும் அம்மா வைவாள்.

கிட்டத்தட்ட மாசத்துக்கு இரண்டு சனிக்கிழமைகளில் ஈராஸ் தியேட்டருக்கும் போகும் வழியில் இந்த அக்கப்போர். பலராமன் சாலை எல்.பி. ரோடு என்று இன்றும் பலகை வாராவதி ரோடு என்று அந்நாட்களிலும் அழைக்கப்பெற்ற மெயின் ரோடைத் தொடும் இடத்தில் வலது பக்கம் ஈராஸ். இடது பக்கம் முதல் கடையே கமலக்கண்ணன் கடைதான். அதாவது அவன் அப்பாவின் கடை. முருகன் வறுகடலை நிலையம்!

இந்தக் கமலக்கண்ணன் எனக்கு ஸ்கூலில் இரண்டு வருடம் சீனியர். ஆனால் தமிழ் மீடியம். நல்ல உசரமாக முழங்கால் வரை நீண்ட காக்கி அரை டிராயரும் ஏனோ எப்போதும் நடு பட்டன் பிய்ந்து இருக்கும் மஞ்சளோடிய வெள்ளைச் சட்டையும் - அது கையைத் தூக்கும்போதெல்லாம் அவனின் பஞ்சு படிந்த தொப்புளைக் காட்டும் - போட்டு வருவான். படு ஃபாஸ்டாக போலிங் செய்வான். ஆனால் எல்லாமே ஃபுல் டாஸ்தான். அந்த வேகத்திற்கு ஈடுகொடுக்க முடியாமல் கன்னாபின்னாவென்று பேட்டில் பட்டு பந்து காட்சாகக் கிளம்பி நம்மை அவுட் ஆக்கும் வல்லமை பெற்ற போலிங் போடுவான்! எங்கள் கிளாஸ் மாட்சுகளில் கமலக்கண்ணனைச் சேர்க்கும் போதெல்லாம் எதிர் அணியினர் ஒரு ஓவருக்கு ரெண்டு ஃபுல்டாஸுக்கு மேல போடக்கூடாது என்னும் கண்டிஷன் வைப்போம்.

என்ன சொல்லிக்கொண்டிருந்தேன்!

ஆ, அந்தக் கடை பற்றி.

“நீ போய்ண்டே இரும்மா! நா போய் பத்துப் பைசாவுக்குக் கடலை வாங்கிண்டு வரேன்!”

அம்மா உள்ளே போய் டிக்கட் வாங்குவதற்குள் நான் இடதுபக்கம் திரும்பி கடைக்குப்போவேன்.

கமலக்கண்ணனின் அப்பா சட்டை போடாமல் உட்கார்ந்திருப்பார். அழுக்கான இடுப்பு வேஷ்டி முறுக்கி முறுக்கிக் கட்டியிருப்பார். கழுத்தில் கறுப்புக் கயிறு. அதில் பட்டையாக அலுமினிய குழந்தை கிருஷ்ணன் டாலர். மார்பில் சுருள்சுருளாக முடி இருக்கும். சிவப்புக்கலர் பெயிண்ட் அடித்த பெரிய பெரிய பிரம்புக் கூடைகள்தான் உங்களையும் அவரையும் தடுக்கும்.

ஒவ்வொன்றிலும் கும்பாச்சியாக வேர்க்கடலை, பட்டாணி ஓடைச்ச கடலை என்னும் சுத்தத்தமிழ் பெயர் கொண்ட பொட்டுக் கடலை என்று குவித்து இருக்கும்.

"பத்துப் பைசாவுக்கு வேர்க்கடலை! சூடா இருக்குமா?"

கேட்கும்போதே கூடையிலிருக்கும் பட்டாணியில் இரண்டை அள்ளி வாயில் போட்டுக்கொள்வேன்.

"கை நெறைய அள்ளிக்கோயேன்! அதென்ன ரெண்டே ரெண்டு பட்டாணீ!"

என்னை மட்டுமில்லை, கடைக்கு வரும் எல்லா சின்னப் பையன்களுக்கும் சொல்லுவார்.

"நீ கமலக்கண்ணன் இஸ்கோலுதானே? கமலக்கண்ணன் இந்த வருஷம் பாசாய்டுவானா?"

எனக்கு நினைவு தெரிந்து வருஷத்திற்கு ஏழெட்டு தடவை இதை என்னிடம் கேட்டிருக்கிறார்.

"அவன் என் க்ளாஸ் இல்ல! நா இங்க்லீஷ் மீடியம்!"

இன்று நினைத்துப்பார்த்தால் வெட்கப்படவைக்கும் கேனத்தனமான பதில் சொல்லிவிட்டு வேர்க்கடலை பொட்டலத்துடன் ஈராஸுக்கு ஓடுவேன்.

கமலக்கண்ணன் ஒரு non-descript ஆசாமி.

Longman Dictionary of Contemporary Englishஐ மேய்ந்தால் புலப்படுவது "someone or something that is nondescript looks very ordinary and is not at all interesting or unusual!"

இந்த வ்யாசம் முடிவதற்குள் மேற்சொன்ன வாக்கியத்தைத் திருத்தவேண்டியிருக்கும். பார்ப்போம்.

எட்டாவது வரை இண்டர்வெல் நேரங்களில் எங்களோடு கபடி, ஹேண்ட் கிரிக்கெட் எல்லாம் விளையாடிக்கொண்டிருந்த கமலக்கண்ணன் ஒன்பதாவது வந்ததிலிருந்து கொஞ்சம் பெரிய மனுஷத்தன்மை கொண்டவனானான்.

"கமலா! வாடா! இன்னிக்கு நைன்த் பியோட கபடி மாட்ச்!"

"இல்ல! நீங்க போய் வெளையாடுங்கடா! எனக்கு வேலையிருக்கு!"

அப்படி என்ன வேலை இருக்கும் இவனுக்கு என்று யோசித்ததில் ஒன்றும் புலப்படாமல் எங்களின் ஆஸ்தான சோர்ஸான ஈயத்தை அணுகி அசைன்மெண்ட்டை ஒப்படைத்தோம்.

இரண்டே நாளில் ஈயம் ரிப்போர்ட்டுடன் வந்துவிட்டான்.

"டேய்! அவனும் விஜியும் இன்னும் ரெண்டு மூணு பெசண்ட் ஸ்கூல் பசங்களும் காங்கிரஸுக்காக வேலை செய்யறாங்கடா!"

எழுவத்தி ஒண்ணாம் வருட எலக்ஷனில் கமலக்கண்ணன் ஒரு ஜீப்பில் உட்கார்ந்து 'உங்கள் ஓட்டு காங்கிரசுக்கே' என்று கத்திக்கொண்டு எங்கள் தெருவுக்கே வந்ததைப் பார்த்தேன். ஒன்றிரண்டு முறை தலையில் கட்டுடன் ஸ்கூலுக்கு வருவான். விசாரித்தால் தலையை ஒருக்களித்தவாறு சாய்த்துக்கொண்டே, *"அதெல்லாம் பெரிய சமாச்சாரம்! உனக்கெல்லாம் வெளங்காது! போடா போய்ப்படிக்கற வேலைய பாரு!"* என்று பெரிய மனுஷத்தனமாக விரட்டிவிடுவான். அடிக்கடி ஸ்கூலுக்கு லீவு போடுவான். ஒருமுறை கிருஷ்ணாயில் என்று எதற்கோ அழைக்கப்பட்ட டி ஆர் எஸ் சார் கேட்டபோது–

"அரசியல்ல முன்னுக்கு வரணும்னா இதெல்லாம் ஒண்ணுமேயில்ல சார்" என்று பதில் சொன்னான் என்பது பல நாட்களுக்கு ஸ்கூலில் பேசப்பட்டது.

பத்தாவது படிக்கும்போதுதான் சக்திதாசன், விவேகா சாரை அடித்துவிட்டான் என்ற சேதி பரவி ஹெட்மாஸ்டரிடம் பஞ்சாயத்துக்குப் போனபோது சக்திதாசனுக்காக வாதாடியவன் இந்தக் கமலக்கண்ணன்.

"என்னத்துக்குடா நீ அவனுக்கு சப்பொர்ட்"

கமலக்கண்ணனிடம் ரகசியமாக விசாரித்தோம். பகிரங்கமாக விசாரிக்க பயம், சக்திதாசன் சுளுக்கு எடுத்துவிடுவானே!

"டேய் நீயெல்லாம் சின்னப் பையண்டா! உனுக்குச் சொன்னா கூடப்புரியாது!"

"அப்படியென்னடா ரகசியம் சொல்லேன்?"

"போன வருஷம் எலக்ஷன்ல ஆரு கெலிச்சா?"

"திமுகன்னு நெனைக்கிறேன்!"

"போடாங்... என்னாத்த நெனக்கிற? யார்ரா இப்ப சிஎம்மு? எப்படி கெலிச்சாங்க? எங்க சப்போர்ர்ட்டுரா!"

கமலக்கண்ணனும் விஜியும் சப்போர்ட் பண்ணித்தான் கருணாநிதி ஜெயி... இல்லை இல்லை கெலிச்சாரான்னு எனக்கே சந்தேகம்! அவசரமில்லாத ஒரு நாள் காலையில் ஷேவ் பண்ணிக்கொண்டிருக்கும்போது அப்பாவிடம் மெல்ல கேட்டேன்.

"அட! பாலிடிக்செல்லாம் படிக்கிறியா? படி படி! ஹிண்டுல வார்த்தை புரியலைன்னா கேட்டுத் தெரிஞ்சுக்கோ! ம், என்ன கேட்டே, ஆமாண்டா டிஎம்கேதான் ஜெயிச்சுது. ஆனா உங்க கமலக்கண்ணன் சப்போர்ட் இல்ல. காங்கிரஸ் கட்சியோட சப்போர்ட்!

அடுத்து சில வருடங்களில் நாங்கள் காலேஜ், நாப்பத்தி ஏழு பஸ் நேரங்கள் - அதில்தான் அவந்திகா அப்புறம் நாங்கள் எதற்கோ பெயர் வைத்த லீனா சந்தர்வர்க்கர் என்னும் ஹோலி ஏஞ்சல்ஸ் பெண் ஆகியோர் போவார்கள் கிரிக்கெட் ஸ்கோர் சிவாஜி சினிமா என்று மூழ்கிவிட்டோம். கமலக்கண்ணன் பத்தின சேதி ஒண்ணும் காதுக்கு வரவில்லை.

எங்கள் தொகுதியில் வைஜயந்திமாலா பாலி ஜெயித்து எம்பி ஆனார். அடுத்து தெருவில் அவர் ஓட்டுக்கேட்க வந்தபோது கையில் காங்கிரஸ் கொடியுடன் கமலக்கண்ணனைப் பார்த்தேன். லாண்டரி ராஜு கடைக்குப் போய்விட்டு வந்துகொண்டிருந்த என்னைப் பார்த்துப் "காதலியை எதிரே கண்டு முகம் மலர்ந்து உடனே கூட அவளின் அப்பாவும் வந்துவிட்டால் ரகசியப் ப்ரேமையுடன் அவளிடம் பிற்பாடு பார்க்கலாம் என்ற முகபாவத்தில் கமலக்கண்ணன் என்னிடம் பிற்பாடு என்று சைகை பண்ணினாலும் பிற்பாடெல்லாம் ஆசாமி கண்ணில்படவேயில்லை!

வவேசு அய்யர் கதைகளில் போல காலம் உருண்டோடியது.

நானும் படிப்பை முடித்து வேலை கிடைத்து இந்தியாவெல்லாம் சுற்றிவிட்டு ஒரு வழியாக சென்னைக்கு வந்து செட்டில் ஆன சில மாதங்களில் எல்.பி. ரோடுக்குப் போக நேர்ந்தது.

ஈராசெல்லாம் வழக்கொழிந்து சாந்த சுந்தரமகால் என்னும் கல்யாண மண்டபமாகி மிட்ஸுபிஷி ஷோரூம் கூட வந்துவிட்ட சோகம். ஏதோ உந்துதலில் சட்டென வேர்க்கடலை கடைக்குப் போனேன். அதிகம் மாற்றமில்லை. அதே கூடைகள், அதே கடலை, பொட்டுக் கடலை, பட்டாணி என்று கிடக்க, கமலக்கண்ணனின் அப்பா சற்றே வாடி வதங்கி இருந்தார்.

“என்ன கடலயா?”

“இல்லை ஆமாம் கால் கிலோ குடுங்க!”

அவர் மும்முரமாக பொட்டலம் கட்டும்போது கேட்டேன்.

“கமலக்கண்ணன் இப்ப எப்படி இருக்கான்?”

சட்டென அவர் கண்ணில் மின்னல். புன்னகைபோல ஒன்று தோன்றி மறைந்தது.

“உங்களுக்கு அவன தெரியுமா?”

“எங்கிளாசுதானே! நானே சின்னப்ப கடைக்கு வருவேனே அடிக்கடி!”

“ஆமாம்ல” என்றார் துளிக்கூட ஞாபகம் ஏதுமின்றி. லேசான பெருமூச்சு வெளிப்பட்டது.

“நீல்லாம் நல்லா படிச்சு முன்ன வந்துட்ட. அவ அரசியல் அதுஇதுன்னு படிக்காம சுத்திக்கினே இருந்துட்டான்!”

அமைதியாகிவிட்டார். என் க்யூரியாஸிடியைக் கட்டுப்படுத்த முடியாமல் கேட்டேன்

“இப்ப நல்லாருக்கானா!”

“ன்னாத்த நல்லாருக்கறது! செங்கல்பட்டு ஜெயில்லக்குறான்! இன்னாவோ போராட்டம் பண்ணி உள்ற பூட்டான். ரெண்டு வருஷம் குட்த்தாங்க!”

எனக்கு சங்கடமாகப்போய்விட்டது.

“அதெல்லாம் கவலைப்படாதீங்க! அவன் அரசியல்ல பெரிய தலைவரா வருவாம் பாருங்க!”

காசு கொடுத்துவிட்டு நகர்ந்துவிட்டேன்.

அப்புறம் கமலக்கண்ணனைப் பற்றி சேதி ஒண்ணும் இல்லை. அவ்வப்போது அரசியல் போஸ்டர்களில் அவன் பெயர் தட்டுப்படும். சில வருஷங்களில் நானும் அவனை மறந்து போனேன்.

போன மாதம் டாக்டரிடம் செக் அப்.

“சார்! இந்த ஜப்பானீஸ் கேக்கெல்லாம் நிறுத்தணும் நீங்க! ட்ரைகிளிசரைட் 190 இருக்கு!”

“மத்தியானம் வாய் நமநமங்கறதே டாக்டர்!”

அதுக்கு ஜப்பானீஸ் கேக்கா? பேசாம வேர்க்கடலை வாங்கி கொறிங்க. அதுவும் ஒன் ஹாண்ட்ஃபுல், அவ்வளவுதான்!”

அன்று மாலையே எல் பி ரோடுக்கு வந்தேன்.

முருகன் வறுகடலை நிலையம் அப்படியேதான் இருந்தது. வாசலில் ஓரிருவர் மட்டும். கடையினுள். நிழலாக பெரியவர் தெரிந்தார். அப்போது மாதிரியே அழுக்கு வேஷ்டி, இறுக்கிக்கட்டியிருந்தார். உடம்பில் சட்டை போடாமல் கழுத்தில் கறுப்புக்கயிறு அதில் அலுமினிய டாலர். தோளில் துண்டு. முகத்தைத் துடைத்துக்கொண்டே கடலை அளந்து போட்டுக்கொண்டிருந்தார். கொஞ்சம் அருகில் போனேன். கமலக்கண்ணன் பத்தி விசாரிக்கலாமா வேண்டாமா என்று தயக்கத்துடன் நின்றேன்.

“அட ரெகூ! வாடா எப்டிக்கிற? நீ எங்கியோ பாம்பேலக்குறன்னு தர்மன் சொன்னானே!”

விர்ரென்று ஒரு பஸ் தாண்டிப்போக, வீசின புழுதிக்காற்றில் கடையில் மாட்டியிருந்த காலண்டரில் காங்கிரஸ் கட்சியின் மாநிலத்தலைவர் செல்வப்பெருந்தகை கைகுவித்து வணக்கம் சொல்லிக்கொண்டிருந்தார்.

(2024 இல் எழுதியது)

ஹிந்தி க்ளாஸ்

“நா போ மாட்டேன்! நீ இதுல வேற தொண்ணூறு வாங்குன்னு படுத்துவே!”

அம்மா சிரித்துவிட்டாள்.

“இல்லடா! இதுக்கு அதெல்லாம் சொல்ல மாட்டேன்!”

“முடியாது! சாயங்காலம் கிரிக்கெட் வெளையாட முடியாது! நா போ மாட்டேன்!”

“ஆமா நீ பெரிய பட்டோடி ஆகப்போற! வாரத்துல ரெண்டு நாள்தான்! ஸ்கூலேர்ந்து வந்து டிஃபன் சாப்ட்டுட்டு டிரெஸ் மாத்திண்டு கிளம்பினா போறும். இதோ இருக்கு செகண்ட் மெயின் ரோடு. நிமிஷத்துல போய்டலாம்!”

“ஹிந்தி க்ளாஸ் இருக்கற அன்னிக்கு அரிசி உப்புமா பண்ணக்கூடாது. பண்ணினா அன்னிக்கு ஹிந்தி கிளாஸ் போ மாட்டேன்!”

“இப்பவே லஞ்ச பேரமெல்லாம் பேசு!”

“முடியாது நீ ஒத்துக்கோ அப்பதான்!”

“சரிடா! இந்தா இந்த டம்ளர் தண்ணில அடிச்சு சத்தியம் பண்றேன்!”

“தொண்ணூறு மார்க்கெல்லாம் கேக்கப்படாது!”

"உருப்படியா ஒண்ணு கத்துக்கணும்னு இருந்தாத்தானே? இப்படில்லாம் இன்னொரு பாஷை தெரியாம இருந்தா அவ்வளவுதான்! கல்யாணத்துல பீன்ஸ் நறுக்கத்தான் போகணும், பாத்துக்கோ!"

அம்மா மட்டும் முதல் மந்திரியா இருந்தா தமிழ்நாட்டுல ஃபைவ் லாங்குவேஜ் பாலிஸி கொண்டு வந்திருப்பா!

இத்தனை அழிச்சாட்டியம் பண்ணின நான் ரெகுலராக ஹிந்தி க்ளாஸ் போக ஆரம்பித்த காரணம் கஸ்தூரிபா நகர் மூன்றாம் மெயின் ரோடு ராகவனும் அவன் தங்கை மாலினியும். ராகவன் எங்க ஸ்கூல்தான் என்றாலும் மாலினியை பெசண்ட் ஸ்கூலில் சேர்த்திருந்தார்கள். அங்கே அது பாட்டோ டான்ஸோ கூடக்கற்றுக்கொண்டது.

அய்யங்கார் குடும்பத்துப் பெண்களுக்கே உரித்தான அழகுடன் லட்சணமாக இருக்கும். ரெட்டைப்பின்னல் போட்டு விசுக் விசுக்கென நடந்து வருவதில் வசீகரமும் அலட்சியமும் தெரியும். சிரிக்கும்போது கன்னத்தில் குழி விழுந்து முகத்தில் பல்ப் எரியும்!

பெசண்ட் ஸ்கூலிலிருந்து வரும் முரளிகிருஷ்ணன் எப்போதும் மாலினியையே பார்த்துக்கொண்டிருப்பான். எங்கள் ஸ்கூல் சீனியர் பையன் யாராவது அவளைப்பார்த்து விட்டால் முரளீ இரவு வீட்டுக்குப்போகும் போது மரமல்லி நிழல் ஓரத்தில் அவ்னை மடக்குவான்.

"என்னடா! எங்க ஸ்கூல் பொண்ண சைடு கட்டறே?"

முரளிகிருஷ்ணன் வயசுக்கு ஏத்த உயரம் இருப்பதோடு கொஞ்சம் தாட்டியான உடல்வாகு. அவனோடு கட்டிப்புரளுவது ஆகாது என்பதால் எங்க ஸ்கூல் ஆசாமிகள் பம்மிவிடுவார்கள். ரகசியமாக ராகவனிடம் முரளிகிருஷ்ணனைப்பற்றி இல்லாததும் பொல்லாததுமாகச் சொல்லிவிட ராகவன் அலட்சியமாக ஒதுக்கி விட்டான்.

"யாரு அந்த லங்கா ராட்சஸியையா? அவ ஒருத்தியே பத்து முரளிகிருஷ்ணனை சமாளிப்ப! நீ போடா!"

இதன் மேல் விவரங்கள் இப்போது விவரிப்பது ஸ்லாக்கியமாக இருக்காது.

எங்களின் வாட்ஸப் குரூப்பில் இன்னும் ராகவன் இருக்கிறான்! அன்று ஒரு நாள் பேசும்போது, "ரகு! உனக்குத் தெரியுமோ என்னமோ, ஐ ஹேவ் ய சிஸ்டர்" என்றபோது எனக்கு சிரிப்பை அடக்க முடியவில்லை.

எழுத்தாளர் நாடோடி வீட்டில்தான் ஹிந்தி க்ளாஸ். குமாஸ்தா பெஞ்ச் போட்டு அருகில் சப்ளாங்கொட்டி உட்கார்ந்து பாடம் எடுப்பார் வாத்தியார்.

அப்போதே கிழவர். நெற்றி நிறைய நாமத்துடன் காலர் இல்லாத கோடு போட்ட சட்டை போட்டு பஞ்சகச்சம் கட்டியிருப்பார். அருகில் மூக்குப்பொடி வாசனை வாரும். எங்களுக்கு ஏதானும் எக்சர்ஸைஸ் கொடுத்துவிட்டு மெல்ல முணுமுணுப்பாக பாடுவார். ஒரு முறை அவரறியாமல் கிட்டத்தில் போன போது ஏதோ சமஸ்கிருதம் மாதிரி கேட்டது.

நாடோடி வீட்டில் பெரிய ஹால் ரெடாக்ஸைடு போட்டு சிவப்பாக இருக்கும். கோணாமாணவென்று உட்கார்ந்திருப்போம். நட்ட நடுவில் குமாஸ்தா பெஞ்சும் வாத்தியாரும்.

க்ளாஸ் நடந்துகொண்டிருக்கும்போது நாடோடி அவரது மாரிஸ் மைனர் காரில் வருவார். அப்போதே ஷெர்வானியெல்லாம் போட்டுக்கொள்வார். நாடோடி வீட்டு மாமி எப்போதும் சிடுசிடுவென இருப்பார். அவருக்கு ஹிந்தி கிளாஸ் நடப்பது பிடிக்கவில்லையோவெனத் தோன்றும். வீட்டுப் போர்ட்டிகோவில் எதிர்ப்பக்கம் பெரிய திண்ணை இருக்கும் . அதன் இருபுறமும் தடித்த தண்டுகளுடன் செம்பருத்தி மரம். ஆம் செடி இல்லை மரம் அளவுக்கு பழசும் வயசானதும். எப்போதாவது பையன்கள் கை பட்டு ஒரு பூ உதிர்ந்தால் கூட அந்த மாமி வைவார்.

"கைய கால வெச்சுண்டு சும்மா இருக்காம என்னடா இது வெஷமம்! வரட்டும் இன்னிக்கு மாமா இந்த ஹிந்தி க்ளாசையே ஒழிச்சுப்பிடறேன்!"

இதைக்கேட்டு ஹிந்தி வாத்தியார் முகம் இருண்டு போகும்.

அவர் வெளியே வந்து "மாமி! இருங்கோ! நான் பாத்துக்கறேன்!" என்று சொல்லுவார். பையன்களிடம் "ந்தாப்பா! தம்பிகளா! இங்கல்லாம் வந்து இப்டியெல்லாம் பண்ணப்டாது! ஹிந்தி

க்ளாசை நிறுத்திட்டா ஆருக்கு நஷ்டம்” என்பார். அவர் முகத்தில் வேதனை மண்டியிருக்கும்.

சில சமயம் ஆஃபீஸ் விட்டு வரும் நாடோடி க்ளாசுக்குள் வருவார்.

“என்ன ஓய்! சரியாப்போறதா? நல்ல கணீர்னு சொல்லிக்கொடுமே!”

சற்று நேரம் நின்றுவிட்டுப்போவார். அவர் இருக்கும்போது வாத்தியார் குரலில் நடுக்கம் தெரியும்!

நவராத்திரியின்போது ஒருநாள் பாதி க்ளாசில் வாத்தியார் என்னவோ போல விழித்து அப்படியே குமாஸ்தா பெஞ்சில் சாய்ந்து விட்டார்.

நாங்களெல்லாம் அரண்டு போய் நிற்க ஒன்றிரண்டு தைரியர்கள் “மாமி! மாமி!” என்று கத்த, மாமி வந்து பார்த்தார்.

சட்டென்று உள்ளே போய் டம்ளரில் தண்ணி கொண்டு கொடுத்தார். அதைக் குடித்தபின் வாத்தியார் கொஞ்சம் கூச்சத்துடன் எழுந்து நெளிந்தார்.

“அவசரத்துல ஒண்ணும் சாப்பிடாம வந்துட்டேன்! அதான் கொஞ்சம் கிறுகிறுன்னு…!”

மாமி மறுபடி ஒரு சின்ன தட்டில் சுண்டல் கொண்டு வந்து தர, வாத்தியார் மறுத்தாலும் கை நீட்டி வாங்கிக்கொண்டார். சுற்றிலும் பையன்கள் ஆவலுடன் பார்த்துக்கொண்டிருக்க வாத்தியார் ஒருவித அசௌகரியத்தில் சுண்டலை அள்ளிப்போட்டுக்கொண்டார். பல சுண்டல் உருண்டைகள் அவர் வாய்க்குத்தப்பி தரையில் சிதறின.

பொறுமையான வாத்தியார். எந்தவித கட்டாயமும் இல்லாமல் தான் பசங்க வருகிறார்கள் என்று புரிந்திருக்கும். அதனால் கடிந்தெல்லாம் பேசவே மாட்டார்.

கொஞ்சங்கூட புரியல்லை என்றாலும் “ஸ்ரத்தை வேணுண்டா ஸ்ரத்தை இல்லாட்டா வாழ்க்கையில ஒண்ணும் நடக்காது” என்பார், அவ்வளவுதான்.

இரண்டு மாதம் கழித்து ஒரு குரூப் பிராத்மிக் எழுதப்போனோம்.

“அடுத்த முறை மத்யமாடா! இன்னும் ஒழைச்சுப்படிக்கணும்” என்று சொல்லிவிட்டு வாத்தியார் க்ளாஸ் எடுக்கலானார்.

ஒருநாள் க்ளாஸ் நடந்துகொண்டிருக்கும்போது மாரிஸ் மைனர் கார் வழக்கத்துக்குக் கொஞ்சம் அதிக சீறலுடன் வந்து நிற்க, நாடோடி அதிலிருந்து இறங்கி வேகமாக உள்ளே போனார். க்ளாசில் எங்களுக்கெல்லாம் கேட்கும்படி பேச்சுக்குரல் கேட்டது. பேச்சுக்குரல் என்றா சொன்னேன், வாக்குவாதமாக இருந்திருக்கலாம். ஹிந்தி வாத்தியார் கொஞ்சம் கவனம் கலைந்தபடியே டிக்டேஷன் கொடுத்தாலும் அவர் முகத்தில் வேதனை தெரிந்தது.

அதற்கு அடுத்தது வாரம் நான் க்ளாசுக்குப் போனபோது ஒன்றிரண்டு பையன்கள் மட்டுமே வாசலில் நின்றுகொண்டிருக்க, நாடோடி வீட்டு மாமி, "போங்கடா! போங்க! இன்னமே க்ளாஸ் கெடையாது! அவ்வளவுதான்!" என்று சொல்லிக்கொண்டிருந்தாள். ஹிந்தி வாத்தியார் கண்ணில் படவில்லை.

அந்த மூக்குப்பொடி வாசம் வீசிய ஹிந்தி வாத்தியாரை நினைத்தோ அல்லது மாலினியை தினமும் பார்க்க முடியாதே என்பதாலோ எனக்கு வருத்தமாக இருந்தது.

காந்தி மண்டபம்

“நாம அடையாறு வீட்டுக்குப்போன முதல் கையா உன்ன காந்தி மண்டபத்துக்கு அழைச்சிண்டு போறேன், என்ன?”

தொள்ளாயிரத்தி அறுவத்தி ரெண்டாம் வருஷம் நவம்பர் மாசம் இந்த வீட்டுக்கு வந்தோம். கிட்டத்தட்ட ஒரு வருஷம் அப்பா சொன்ன வாக்கை காப்பாற்றவில்லை. ஆனால் இரண்டாம் வகுப்பில் ஒரு நவம்பர் மாதம் என் காதில் தேன் வந்து பாய்ந்த வார்த்தைகள்.

“இந்த சனிக்கிழமை நாம எல்லோரும் காந்தி மண்டபத்துக்கு எக்ஸ்கர்ஷன் போப்போறோம். அதனால நீங்கல்லாம் அன்னிக்கு ஸ்கூல் பையெல்லாம் கொண்டு வரவேண்டாம். கலர் டிரெஸ் போட்டுண்டு வரலாம். சரியா ஓம்பது மணிக்கு இங்க நம்ம கிளாசுல ஆஜராய்டணும்!”

சரோஜா டீச்சர் சொன்னதை நான் வீட்டில் சொல்லப்போக அப்பாவுக்கு ரிலீஃபா ஆகியிருக்க வேண்டும்.

“ம் ஜமாய்! அல்லி! கொழந்தைக்கு அந்தப் புது டிரெஸ்ஸ போட்டு அனுப்பு. ஜாக்கிரதையாப் போய்ட்டு வரணும், என்ன!”

கிளம்பும்போது அம்மா ஆயிரம் ஜாக்கிரதை சொல்லி அனுப்பினாள்.

காந்தி நகரிலிருந்து இரண்டிரண்டு பேராய் கைகோத்துக்கொண்டு நடந்தே போனோம். எனக்குக் கைகோக்கக் கிடைத்த நண்பன், அன்றுவரை அவனோடு பேசியதே இல்லை, ஏ செக்ஷன் தேவன். என்னைவிட சுத்தமாக ஒரு அடி உசரமாக இருந்தான். பின்னாளில் நான் அறிந்துகொண்ட 'ஸ்வஷ்பக்ளிங்' வகை பர்சனாலிட்டி ஆசாமி. கண்களில் மை எழுதியது போன்ற கறுப்பு படர்ந்திருக்கும். எட்டாவது ஒன்பதாவது வந்தபோது கவர்ச்சிகரமானவனா இருந்தான். தலைமுடி நாங்கள் கேட்டே அறியாத ஷாம்ப்பூ போட்டது போல பரட்டையாகவும் இல்லாமல் எண்ணெய்ப்பிசுக்காகவும் இல்லாமல் சில்க்கியாக இருந்த நினைவு. ரவிச்சந்திரன் போல பஃப் எடுத்து வாரிக்கொண்டிருப்பான். ஒன்பதாவதெல்லாம் வந்த பிறகு எங்களோடு பேசும்போதே அவன் கண்கள் கேர்ள்ஸ் பக்கம் அலைபாயும். நாங்கள் திரும்பிப்பார்த்தால் காயத்ரி, அருணா அல்லது சந்திரிகா அவனையே பார்ப்பதைக் கவனிப்போம். பதினொன்றாவதில் சார்மினார் சிகரெட் பிடிக்க ஆரம்பித்து விட்டான்.

சரி, வ்யாசம் நூலறுந்த காத்தாடி போல அலைபாய்கிறது. காந்தி மண்டபத்துக்கு வருவோம்.

அன்று கைகோத்து நடக்கும்போது வீர சபதங்கள் எல்லாம் செய்து எனக்கு கிலியைக் கிளப்பினான்.

"நீ வேணா பாரு நான் இன்னிக்கு சிறுத்தையைத் தொடப்போறேன்!"

அதெல்லாம் ஒன்றும் நடக்கவில்லை.

1670களின் ஆரம்பத்தில் கேம் ரிஸர்வாக இருந்து கவர்னர் வில்லியம் லாங் ஹார்னால் கிண்டி லாட்ஜ் என்ற வசிப்பிடமாகக் கட்டப்பட்டு, பின்னாளில் அதாவது 1821இல் கில்பெர்ட் ரோடெரிக்ஸ் என்பவரிடமிருந்து அரசாங்கத்தால் ரூ. 35,000க்கு வாங்கப்பட்டது போன்ற சரித்திர விவரங்களை, மெட்ராஸ் ஹிஸ்டோரியன் ஸ்ரீராமின் மூலம் பின்னாளில் அறிந்துகொண்டாலும், அன்றைய பிக்னிக்கில் என்னவோ காந்தி மண்டபம் என்னைக் கவரவில்லை. அடுத்திருந்த சிறுவர்கள் பூங்காவில் விளையாடிய சந்தோஷ கணங்கள் மற்றும் மதியம் கொடுத்த இட்லி முழுங்க முடியாமல் தொண்டையை அடைத்ததும்தான் என் நினைவு செல்களில் மிச்சம்

இருக்கின்றன. அனந்தலட்சுமி என்னும் சோகை வெள்ளையான சிறுமி எதற்கோ மயங்கி விழுந்ததும் ஒரு சிறு சம்பவம்.

அந்த பிக்னிக்கில் இன்னும் ஒரு சுவாரஸ்யம் நான் தேவனின் மெண்டர்ஷிப்பில் சில கெட்ட வார்த்தைகள் கற்றுக்கொண்டேன். அவன் ஸ்வதாவாக அவற்றை உபயோகப்படுத்தியதால் அவை கெட்ட வார்த்தைகள் என்று எனக்குப் புரியவே இல்லை. விளைவாக அடுத்த சில நாட்கள் ஒன்றில் இண்டர்வெல் “ஒளிஞ்சுப்பிடிச்சின்” போது என்னை ஏமாற்ற நினைத்த தீனதயாளனை அந்த வார்த்தையால் விளிக்க, எதேச்சையாக அங்கே வந்த பத்மா டீச்சர் கேட்டு அதிர்ச்சி அடைந்துபோய் என்னைத் தனியாகக் கூப்பிட்டார்.

காதைத்திருகி தொடையில் நிமிண்டி, “என்ன பேச்சுப் பேசறே நீ? அம்மாட்ட சொல்லணுமா?”

அப்போதே ஸ்கூலுக்கு ரெகுலராக வர ஆரம்பித்து, தன் வயதையொத்த டீச்சர்களையெல்லாம் நட்பாக்கிக்கொண்ட அம்மா பேரைக்கேட்டவுடன், “இடியோசை கேட்ட நாகம்”, “திகைப்பூண்டை மிதித்த” போன்ற உவமான உவமேயங்களுக்கு நன்றியுடன் ஒடுங்கிப்போனேன். என் வாழ்க்கையில் அந்த ஓரிரு வார்த்தைகளை உபயோகிக்கும் சந்தர்ப்பங்கள் ஒன்றிரண்டு பின்னாளில் ஏற்பட்டன ஒருமுறை ஷதாப்தியிலும், இன்னொரு முறை என் ஆதர்ஸ எழுத்தாளரைக் கேவலமாகப் பேசின ஆசாமியிடமும் - என்று மட்டும் சொல்லிவிட்டு வ்யாசத்துக்கு மீண்டு வருகிறேன்.

அதற்குப்பிறகு ஆயிரக்கணக்கான முறைகள் காந்தி மண்டபத்துக்குப் போயிருக்கிறேன்.

ஏழாவதோ எட்டாவதோ படிக்கும்போது ஐ ஐ டியில் தெரு கிரிக்கெட் மாட்ச்சுக்குப் போனோம்.

“ரெண்டு இன்னிங்க்ஸ் மாட்ச்சும்மா. வர்றதுக்கு ஆறு மணியாய்டும்!”

லேட்டாக வந்து அம்மாவிடம் வசவு வாங்காமல் இருக்க இன்ஷ்யூரன்ஸ் எல்லாம் செய்துவிட்டுப்போனால் அந்த ஐ ஐ டி டீம் படவாக்கள் ரெண்டு பத்தாம் க்ளாஸ் பசங்களை அழுகுணியாக டீமில் சேர்த்துவிட்டிருந்தனர். புறமுதுகிடுவதாவது

என்ற தமிழ் வீர மரபுக்கு வந்தனத்துடன் விளையாடினோம். டாஸ் ஜெயித்து அவர்கள் பேட்டிங் செய்தபோது என்னுடைய இடது கை ஸ்பின்னில் மள மளவென விக்கெட்டுகள் சரிந்து அவர்கள் ஒன்பதே ரன்களுக்கு ஆல் அவுட் ஆனது சரித்திர சம்பவம். ஆனால் நாங்கள் பேட் செய்யும்போது அப்படி ஒன்றும் அதிசயம் நிகழாமல் நாங்களும் பதினாலு ரன்களுக்கு முடித்துக்கொண்டோம். இரண்டாவது இன்னிங்ஸில் என் ஸ்பின் எல்லாம் எடுபடாமல் அந்த இரண்டு பெரிய பையன்களும் விளாசித்தள்ளி எண்பது ரன் எடுத்து எங்களிடம் பேட்டிங் கொடுக்க நாங்கள் முன்பை விட பெட்டர் என்பதாக பதினெட்டு ரன்னில் ஆட்டத்தை முடித்து "தோத்தாங்குளி தோல் பிடுங்கி" போன்ற சுத்தத்தமிழ் வாழ்த்துகளின் இடையே பின்வாங்கினோம். மணி நாலுதான் ஆகியிருக்க, தோல்வியின் வெறுப்பில் "வாடா! சில்ட்ரென் பார்க்குல வெளையாடிட்டு போலாம்" என்று அங்கே போய் ஊஞ்சல், சறுக்கு மரம் என்று ஆட்டம் போட்டுவிட்டு கையில் இருக்கும் முப்பத்தைந்து காசுக்கு ஈயத்தின் நெகோஷியேஷன் திறமையினால் அருகாமை ஸ்ரீராம் நகரின் பொட்டல் வெளியில் இருந்த ஃபாக்டரியில் ஏழு ரோஜா பன்னீர் சோடா வாங்கிக்குடித்து விட்டு வீடு திரும்பினது இன்னொரு அனுபவம்.

மூன்றாம் வீட்டு வரதுவின் அண்ணா சுதர்சனம் திருமணம் ஆனதும் அந்தக் கால வழக்கப்படி மனைவியை அழைத்துக்கொண்டு விச்ராந்தியாக வெளியே போய்விட்டு வரலாம் என்று துரதிர்ஷ்டவசமாகத் தேர்ந்தெடுத்த இடம் காந்தி மண்டபம். அவன் எதிர்பார்க்காதது தெரு சிறுவர்கள் நாங்களும் கூட வருவோம் என்பதும், அந்த காந்தி மண்டப விஜயத்தில் அவர்களை விட்டு விலகாமல் அவன் மனைவியைத் தொட்டுவிடா வண்ணம் பார்த்துக்கொண்டோம்!

இன்னும் எத்தனையோ காந்தி மண்டப விஸிட்டென்றாலும் எனக்கு மனதுக்கு மிகவும் நெருக்கமான முதல் முதலில் லதாவுடன் போனது என்றாலும் அதுபற்றி விலாவாரியாக எழுதுவது ஹேதுவாக இருக்காது.

மேற்சொன்னது நெருக்கமான விஸிட் என்றாலும், மனதைவிட்டு அகலாத விஸிட் ஒன்று இருக்கிறது.

அம்மாவின் டெஸ்டுக்காக கான்சர் இன்ஸ்டிட்யூட் போனபோனதும் "டெஸ்ட் எடுத்து ரிசல்ட் வர இரண்டு மணி நேரம் ஆகும், நீங்க போய்ட்டு வாங்க, இல்ல காத்திருங்க" என்றதும், நானும் அப்பாவும் அப்படியே நடந்து காந்தி மண்டபத்துக்குப் போனதும் அங்கே வாசலில் இருக்கும் இரண்டு யானைகளின் அடியில் உட்கார்ந்துகொண்டு ஒரு வார்த்தை பேசாமல் காத்திருந்ததும், கான்சர் இன்ஸ்டிட்யூட்டுக்குத் திரும்பினதும் அந்தப் பாழாய்ப்போன ரிசல்ட்டை டாக்டர் சாந்தா தெரிவித்ததும், அடுத்த ஒன்றரை மாதத்திலேயே.........

வேண்டாம், எப்ப பார்த்தாலும் வ்யாசத்தை இப்படியே முடிக்கிறான் என்ற கெட்ட பெயர் எனக்கு ஏன்?

ஆனால் அதற்குப்பிறகு இன்றுவரை நான் காந்தி மண்டபத்துக்குப் போகவே இல்லை.

டைடல் பார்க்கில் ஒரு என்கவுண்டர்

நேற்று டைடல் பார்க்குக்குப் போகவேண்டியிருந்தது.

என்னுடைய காரின் அண்டர்வேர் வரை உருவிப்பார்த்துவிட்டு அனுமதித்தார்கள். ஒரு அழுக்கு யூனிஃபார்ம் போட்ட ஆசாமி காரின் உள்ளும் புறமும் பார்க்க, இன்னொரு எட்டூருக்கு நாத்தம் அடிக்கும் யூனிஃபார்முடன் - ஒரு கண்ணாடி தட்டைகோர்த்த அலுமினிய சமாச்சாரத்தை காரின் பானெட்டுக்கு அடியில் வைத்து ஏதோ உற்றுப்பார்த்துவிட்டு நகர்ந்தார். அந்த அழுக்கு யூனிஃபார்ம் மும்முரமாக செக் பண்ணிக்கொண்டிருக்க நான் அலுமினிய சமாச்சார ஆசாமியை மடக்கினேன்.

“இதில என்ன எப்படி பார்ப்பீங்க?”

“தெரியாது சார்! காரெல்லாம் வந்தா இத எட்த்தும்போய் இப்படி அடியில் வெச்சு அர நிமிஷம் நின்னூட்டு எட்துரு”ன்னு சொல்லிக்கொடுத்தாங்க சார்!”

“என்ன பார்ப்பீங்க?”

“ஒண்ணியும் பார்க்க மாட்டேங்க! சும்மா இப்படி வெச்சுட்டு எட்துருவேன்!”

அடப் படவா!

இதற்குள் இன்னொரு ஆசாமி என் காருக்கு விடுதலை அளித்துவிட கார் உள்ளே போயிற்று.

இனிமேத்தான் மெயின் படமே!

இரண்டடிக்கு பில்லர் நட்டு அதற்கு நடுவே ஒரு மாதிரி வளைந்த கேட் போன்ற வஸ்து வைத்திருக்கிறார்கள். எனக்கு முன்னால் போன ஆசாமி அவருடைய கார்டை ஸ்வைப் செய்துகொண்டே மொபைலில் “அதெல்லாம் தீர்த்துடலாண்டா, நா பாத்துக்கறேன்” என்று யாருக்கோ ஆறுதலளித்த மும்முரத்தில் சில நொடிகள் கோட்டை விட்டதால் இவர் சரியாக அந்தப் பில்லருக்கு நடுவே போகும்போது அந்த...

ஆம்!

ஆம்!

ஆசாமி வலியில் துடித்துவிட்டார்.

இப்படியெல்லாமா நஸ்பந்தி பண்ணுகிறார்கள்!

ஒருவழியாக நான் போக வேண்டிய கம்பெனி வாசலில் போனால் இன்னொரு செக்யூரிடி. இது கொஞ்சம் வத்தக்காய்ச்சியாக இருவது வயசு கூட நிரம்பாத குழந்தை.

இப்போதுதான் அந்தச் சரித்திரப் பிரசித்திப்பெறப்போகும் உரையாடல்.

“எங்க சார் போகணும்?”

“இந்த கம்பெனிக்குதாமா!”

“யாரப் பாக்கணும்?”

“...............”

“அவுரு இல்லியே?”

“இல்ல! இப்பகூட மொபைல்ல பேசினேனே! இப்பத்தான் மீட் பண்றதா அப்பாயிண்ட்மெண்ட்!”

“ஓ இருக்காரா? சரி, இதுல உங்க டீடெயில்லாம் எழுதுங்க!”

ஒரு பில் புஸ்தகம் மாதிரி ஒன்றை என் பக்கம் தள்ளியது. அதில் என் விவரங்கள் எழுதிக்கொடுத்தேன்

“சார்! உங்க மொபைல் ஏர்டெல்லா?”

ஆமாம்.

அப்ப எப்படி அவரோட பேசினேன்றீங்க?

ஆமா பேசினேன்.

"இருக்காது சார்! இங்க ஏர்டெல் சிக்னல் கெடைக்காதே?"

எனக்கு லேசாகத் தலையில் முணுக் முணுக்கென்றது.

"அதப்பத்தி என்னம்மா! டைம் ஆறது! சீக்கிரம் உள்ள போன் பண்ணுங்க!"

"அதெல்லாம் நீங்க சொல்ல வாணாம், எனக்குத் தெரியும். நீங்க என்ன விஷயமா அவரப் பாக்கணும்?

"அஃபிஷியல்!"

"அதான் என்ன விஷயம்னு சொல்லுங்க!"

"உங்கிட்ட இந்த விவரமெல்லாம் சொல்லணுமா?"

"சார் நான் செக்யூரிட்டி! என்ன வேணா கேப்பேன்!"

"சொல்ல முடியாது. இப்ப என்ன உள்ள விடமாட்டியா?"

"சரி சரி! நீங்க உள்ள போய் அந்த ஓர சோஃபாவுல உட்காருங்க. இதோ இந்த சோஃபால உட்காரக்கூடாது அதுலதான்...!"

அவள் காட்டிய சோஃபா இருப்பதிலேயே அழுக்காக இருந்தது.

நான் நகர முற்பட்டேன்.

"சார்! வரும்போது இந்த பேப்பர்ல கையெழுத்து வாங்கினு வரணும். இல்லேன்னா வெளிய விடமாட்டேன்!"

"சரிம்மா!"

இரண்டே நிமிஷத்தில் நான் சந்திக்க வேண்டிய ஆசாமி ரிசப்ஷனுக்கு வந்து என்னை உள்ளே அழைத்துச் சென்றார்.

"வெல்கம் மிஸ்டர் ரகுநாதன்! வர வழியில ஒண்ணும் பிராப்ளம் இல்லியே?"

"ஒன்றும் இல்லை. எனக்குக் குடிக்கக் கொஞ்சம் தண்ணீர் கிடைக்குமா?"

சங்கீத சீசன்

"இன்னிலேர்ந்து சங்கீத சீசன் தெரியுமோல்லியோ?

நவம்பர் வந்தாலே என் குடும்ப நண்பர்கள் Prima Vera வைத்துக்கொண்டு திட்டம் வகுக்க ஆரம்பித்து விடுகிறார்கள். இந்த வருஷம் சிக்காகோ நண்பர் டாக்டர் ராமமூர்த்தியின் தயவில் வீட்டிலிருந்து தப்படி தூரத்தில் இருக்கும் ஹம்ஸத்வனியில் முதல் வரிசையில் உட்கார்ந்து சில கச்சேரிகள் கேட்கும் வரம்.

"அட! உங்களையும் லதாவையும் டிவியில் பார்த்தோமே!"

சில உறவு மற்றும் நட்புகளின் சிலாக்கியத்தைப் பெற்றதற்கு நன்றிகள் டாக்டருக்கும் சுபஸ்ரீ தணிகாசலத்துக்கும் போய்ச்சேர வேண்டியது!

எனக்கென்னமோ இந்த கர்னாடக சங்கீதம் புரியாத கொச கொச சமாச்சாரமாகவே இருந்து வந்திருக்கிறது.

அம்பி முகத்தை அழுகினாற்போல் வைத்துக்கொண்டே தன்னனா என்று வந்தான்.

"டேய்! ரங்கா என்ன ராகம் சொல்லு பார்ப்போம்?"

"ஆரபியா?"

"பல்லைப் பேத்துருவேன், தேவகாந்தாரிடா."

டாக்டர் ராமமூர்த்தி, நாராயணன் வேதாந்தம் போன்றோரெல்லாம் சங்கீத விஷயத்தில் “பூந்து வெள்ளாட”றாய்ங்க. ஆனா எனக்கு இந்த மாதிரி ராகங்களைக் கண்டுபிடிக்கிற வித்தை சித்தியாகவே இல்லை.

எப்போதோ சின்ன வயசில் அம்மா யாருடனோ பேசும்போது கேட்ட சில பேச்சுக்களின் ஞாபகச் சிதறல்களில் “ஸ்ரீரங்கபுரவிஹார பாட்டு பிருந்தாவன சாரங்க, சோபில்லு பாட்டு ஜகன்மோகினி ராகம் என்று விற்பன்னர்கள் மத்தியில் அரையே அரை செகண்டுக்கு ஜல்லி அடித்து விலகிவிடுவேன்.

சங்கீத சீசனில் ஒரு கச்சேரி விடாமல் சபா சபாவாக ஏறி இறங்கி, சீசன் முடிந்த கையோடு பிள்ளையோடு செல்லம் கொஞ்சுவதற்காக அமெரிக்கா போய்விட்டு நேற்றுத்தான் திரும்பியிருந்த கர்நாடக சங்கீத கனாய்ஸர் நண்பரைப் பார்க்க நேர்ந்தது.

இந்த சீசன் சஜனா ராம் கச்சேரியில் தன் அனுபவத்தைச் சொன்னார்.

“சார் இந்த சீசன்ல ஒரே பாடா ஆய்டுத்து சார்!”

“ஏன், என்ன ஆச்சு?”

“ஒரு நா சாயங்காலம் நாரத கான சபாவுல சஜனா ராமின் கச்சேரி. போயிருந்தேன்”

“அமர்க்களமா?”

“அதிலென்ன சந்தேகம். எனக்குதான் பேஜார்.”

“அடேடே?”

“அவர் ஹம்சத்வனியில் வாதாபி ஆரம்பிக்கிறார், இங்கே காண்டீனில் மிளகும் வெந்தயமும் மணக்க மணக்க தோசை மாவை இட்டுண்டு இருக்கான் சார்.”

“அப்புறம்?”

“முதல் பாட்டிலேயே கிளம்ப வேணாம்னுட்டு ரசிச்சேன். அடுத்து சஜனா கரகரப்ரியா ஆலாபனம். தேவகானம் சார்.”

“ஆமாம், நல்ல ராகம் இல்லியா?”

“பாட்டு இல்ல சார். அங்கே தோசை சொயீனு வேகற சத்தத்தைச் சொல்றேன்.”

“ஓ அதுவா?’

“நடசி நடசி ஆரம்பிச்சா பாருங்கோ,...”

“அப்ளாசா?

“அட! இல்ல சார்! உருளையும் வெங்காயமுமா கலந்தடிக்கிறானுங்க சார்! வாசன ஆளையே கொண்டு போறது”

“அடுத்து ஸ்ரீரஞ்சனி ஆலாபனம் பண்ணி மாருபல்க எடுத்தா பாருங்கோ சஜனா!”

“அடே அடே! காதுல தேன் பாயுமே!”

“நீங்க வேற! காசி அல்வா இத்தனை வாசனை வருமா சார்!” கொல்றானுங்க இந்த காண்டீன் பசங்க!”

“நீங்க என்ன பண்ணினேள்?”

“விட முடியுமா? கிளம்பிப் போய்ட்டேன் காண்டீனுக்கு.”

“இந்தத் தரம் வைத்தா ரகளை பண்ணிப்டான், நாரத கான சபாவுல!”

“யாரு, இந்த கும்பகோணத்துலேர்ந்து அபாரமா பாடறாள்னு விகடன்ல வந்திருந்ததே அவரா?”

“சார்! யார் வேணா பாடட்டும் சார், நமக்கென்ன? நல்ல சங்கீதம் காதில விழணும். யார் பாடினா என்ன, என்ன நாஞ்சொல்றது?”

“அடுத்த சீசனும்போது சொல்றேளா, நானும் வரேன் நாரத கான சபாவுக்கு?”

“அதெல்லாம் இப்ப சொல்ல முடியாது சார்!”

“அய்ய்ய்யோ, ஏன் சார்?”

“இந்த சீசன் முழுக்க வைத்தாதான் நாரத கான சபா கேன்டீன் கான்ட்ராக்ட் அடுத்த வருஷம் வைத்தா எந்த சபா காண்டிராக்ட் எடுக்கறானோ? இப்ப எப்படிச் சொல்றது?

“ஓஹோ!”

“இல்லியா பின்னே! அன்னொன்ஸ்மெண்ட் வரட்டும். எந்த சபான்னு பார்த்துச்சொல்லிப்பிடறேன்! அங்கே. வாருமே, போலாம்!”

அடுத்த முறை எந்த கச்சேரிக்கும் நான் போகப்போறதில்லை என்று ஃபேமிலி டாக்டர் நரசிம்மனுக்கு வாக்குக்கொடுக்க வேண்டும்!

அடையாறு கார்ப்பரேஷன்

ஃபிப்ரவரி, 24.

கிரிக்கெட்டர் வெங்கடராகவன் வீட்டுக்கு அடுத்த தெருவில், முன்பு கூட கிருஷ்ண விலாசம் ஹோட்டல் இருக்குமே, அந்த ரோடில் நுழைந்து தாண்டிப்போகும் ஸ்கூட்டர் காரெல்லாம் தெருத்தண்ணியை விசிறி அடிக்காவண்ணம் சாலாக்காக நடந்து கார்ப்பரேஷன் ஆஃபீசை அடைந்தேன். காலை மணி பதினொன்று. அருகாமை டீ ஸ்டாலிலிருந்து பையன் டேபிள் டேபிளாக டீ கப்பை வைத்தவன் என் தோரணையைப் பார்த்து எனக்கும் ஒன்று கொடுத்துவிட்டான்.

நாமெல்லாம் யாரு எம்ஜிஆரையே ரயில்வே கேட்டாண்ட பார்த்தவங்களாச்சே!

தொடாமல் வைத்திருந்தேன். அங்கே வந்த சொர்ணாக்கா டீ பையனைச் சவட்டினாள்.

“இன்னாடா தெனிக்கும் வர்ர இல்ல? சொம்மா அல்லா டேபிள்ளயும் கப்ப வெச்சிட்டு இவ்ளோ ஆச்சி அவ்ளோ ஆச்சுன்னு கணக்கு எழுதிடுவியா?”

என் டேபிளுக்கு வந்து உட்கார்ந்த கார்ப்பரேஷன் கிளார்க் பெண்மணி சத்தமாக டீயை உறிஞ்சிவிட்டு என்னிடம் பேசினாள்.

“இன்னா சார்? ஓட்டர் ஐடியா?”

“இல்லம்மா! வீட்டு அட்ரஸ் கரெக்‌ஷன் செய்யணும்?”

“இப்பல்லாம் எலக்‌ஷன் பிஸி சார்! நீங்க அடுத்த மாசம் வாங்க.”

“இல்ல மேடம்! இது வெறும் அட்ரஸ் கரெக்‌ஷன்தான். லெட்டர வாங்கிக்குங்க. நான் அடுத்த மாசம் வந்து பாக்கறேன்.”

“சரி குடுத்துட்டு போங்க!”

ஏப்ரல், 21.

“என்ன அதுக்குள்ள வண்ட்டீங்க!”

“போன மாசமே வந்தேன். நீங்கதான் எலெக்‌ஷன் பிஸின்னீங்க!”

“நீங்க அடுத்த திங்கிழம வாங்க!”

ஏப்ரல், 28.

“தொர கணக்கா கரெக்டா வந்துர்ரீங்க! எங்களுக்குதான் வேல மென்னிய முறிக்குது.”

“நீங்க குட்த்த லெட்டர்லாம் காணும்! இப்ப எங்க அதப்போய் தேட்றது! உன்னொரு செட் டாகுமெண்ட்ஸ் குட்த்துட்டு போங்க!”

“எப்ப வரணும்!”

“சொம்மா இங்லீஷ் காரங்கணக்கா கேட்டா எப்பிடி?”

மௌனமாக நின்றேன்.

“வாங்க அட்த்த வாரம் வந்து பாருங்க”

மே, 5.

“இன்னா சார்! தொந்தரவு பண்றீங்க?”

“ப்ராபர்டி ப்ராப்ளம் மேடம்! பின்னாடி எதானும் தொந்தரவு வந்தா?”

“சரி வாங்க! உங்க முன்னாடியே கரெக்‌ஷன் பண்ணிடறேன்!”

“இன்னும் ரெண்டு நாள் பொறுத்து இண்டர்னெட்டுல பாருங்க, சரியாய்ட்டிருக்கும்.”

மே, 12.

"என்னா சார்!"

"சரியாகலை மேடம்! அப்படியே தப்பா இருக்கு!"

"சார்! எனக்கு வேற வேலையில்லையா? சொம்மா உங்க வேலையே பாக்க முடியுமா?"

"ஆனா நீங்க கரெக்ஷன் சரியா பண்ணலியே!"

"சார்! என்னால அவ்வளவுதான் முடியும்! நீங்க வேணும்னா ஏஓவைப் பாத்துக்குங்க"

"நாந்தான் ஏஓ? என்ன வேணும் சொல்லுங்க?"

சொன்னேன்.

"நீங்க எல்லா பேப்பரும் ஒரு செட் மறுபடி குடுத்துடுங்க. உடனே வந்துராதீங்க! நாங்களும் மனுஷங்கதானே. டைம் வேண்ணுமில்ல? அதனால ஜூலை மாசம் வந்து பாருங்க."

எந்தவித சலுகை ரிசர்வேஷனுக்கும் துப்பில்லாத நானே அடையாறு கார்ப்பரேஷன் காத்திருப்போர் பட்டியலில் இருப்பது பெருமையாக இருக்கிறது!

ஆலமரம்

அடையாறு வருவதற்கு முன்பாக நாங்கள் தி நகரில் இருந்தோம். ஒரு ஞாயிற்றுக்கிழமை மதியம் அப்பா எங்களை அழைத்துக்கொண்டு போனார்.

“இன்னிக்கு ஒரு எடத்துக்குப் போகப்போறோம்!”

“எங்கன்னு சொல்லுங்களேன்!”

“அதெல்லாம் சஸ்பென்ஸ்! வந்து பாருங்கோ!”

5 பி பஸ் பிடித்து இருபது நிமிடங்களில் நாங்கள் இறங்கின இடம் ஹோவென்றிருந்தது. அகல ரோடு ராஜபாட்டை போல. எப்பவாவது ஒரு பஸ் அல்லது ஒரு கார் போயிற்று. அலங்காரத் தூண்கள் வைத்திருந்த ரோடில் நடந்தோம். நல்ல வெயில். சரியான ஒரு கிலோமீட்டர் நடைக்குப்பிறகு இது பக்கம் திரும்பச்சொன்னார் அப்பா.

திரும்பினோம். அங்கே ஒன்றுமில்லை!

சின்னதாக முப்பது அடிக்கு கப்பி ரோடு. இரு பக்கமும் வயல் வெளிகள்; ஆனால் பயிரெல்லாம் இல்லை. வரப்புகள் இருந்தன. அந்தப் பக்கத்தில் கடைசியில் ஒரே ஒரு வீடு மட்டும்.

“என்ன இங்க? எதுக்கு வந்திருக்கோம்? ஒண்ணுமே புரியல!”

அம்மா அலுத்துக்கொண்டாள்.

அப்பா முன்னே கம்பீரமாக நடந்துபோனார். நூறு அடிக்குப்பிறகு ஒரு தெற்குப் பார்த்த வயல் வெளியில் நின்றபடி "இங்கதான்" என்றார்.

"என்ன இங்கதான்?"

"இங்கதான் நம்ம சொந்த வீடு வரப்போறது!"

சட்டென்ற ஒரு அமைதி.

அப்போதெல்லாம் சொந்த வீடு என்பது பெரிய விஷயம். அம்மாவுக்குமே கொஞ்சம் ஆச்சரியம் கலந்த அதிர்ச்சிதான்.

"என்ன சொல்றேள்?"

"ஆமா அல்லி! இந்த ஒண்ணரை கிரவுண்ட் வாங்கிட்டேன். இதோ பக்கத்துல வைத்தியநாதன் வாங்கறார். அடுத்து ராகவாச்சாரி. இதோ எதிர்க்க நாராயணன். எல்லோருமா மார்க்கபந்துட்ட பேசி வெச்சிருக்கோம்!"

"கிரவுண்ட் சரி, வீடு கட்டறதுன்னா....?"

"அதுக்கெல்லாம் நாங்க நாலு பேருமா சேர்ந்து ஏற்பாடு பண்ணலாம்னு இருக்கோம். மாதவ ராவ்னு எஞ்சினீயர்!"

இன்றுவரை, இதோ இந்த ரையன்னா எழுதும் வரை நான் வாழ்ந்துகொண்டிருக்கும் எங்கள் வீட்டின் முதல் அறிமுகம்.

நான் சொல்ல வந்த விஷயம் அதுவல்ல. இதற்கே 180 வார்த்தைகள் விரயம் பண்ணிவிட்டேன்.

திரும்பிப் போகும்போது "வா நீ படிக்கப்போற ஸ்கூலயும் பாத்துடலாம்!" என்று அப்பா காந்தி நகருக்குப் போனார்.

என் அபார பதினொரு வருடங்களையும் அதைவிட மேலான அனுபவங்களையும் கொடுத்த அந்த ஸ்கூலில் என்னை முதலில் மிகவும் கவர்ந்தது பெருங்குடையாய் விரிந்திருந்த, Ficus benghalensis என்று பையாலஜி கிளாசில் தப்புத்தப்பாக உச்சரிக்கப்போகின்ற, அல் மற்றும் அலை என்பதற்கு அலைதல், விரித்தல் என்று பொருள். ஆலமரம் அலைந்து விரிந்து வளரும் மரம் என்பதால் "ஆல்" என்ற பெயர் என்று பின்னாளில் நான் அறிந்துகொள்ளப்போகும் ஆலமரம்தான்!

"என்ன மரம்மா இது?"

"ஆலமரம்டா! என்னமா நிழல் பாரு. கீழ போய் நின்னாக்க அத்தனை குளுமை!"

"இதென்னம்மா எந்த மரத்துக்கும் இல்லாதபடி என்னமோ?"

"அதுக்குப்பேரு விழுதுடா! இது இன்னொரு ஆலமரமா வளரும்!"

என் முதல் காதல் அந்த ஆலமரம்தான்!

ஸ்கூலில் மூன்று ஆல மரங்கள் உண்டு. பெரிய பில்டிங்குக்குப் பின்னாடி, சாந்தா மெமோரியல் ஹாலுக்கு அருகில் பெல் கட்டி வைத்திருப்பார்களே அது, அவ்வளவு பெருசு இல்லை.

எலிமெண்ட்டரி ஸ்கூல் பக்கம் பெரிய மரம் இருக்கும். எங்க ஸ்கூலுக்கும் சன் பாட்ரிக் ஸ்கூலுக்கும் பொதுவான மரம்.

மூன்றாவது கிராஃப்ட் கிளாஸ் பில்டிங்குக்கு அருகாமை ஆல மரம். அதுதான் வயதில் பெரியது என்பார்கள். அதனடியில் மேடை அமைத்திருக்கும். அங்குதான் திங்கள் கிழமை பிரேயர் நடக்கும்.

அந்தக் காலத்திலேயே கோட் சூட் அணிந்துவரும் ஹெட்மாஸ்டர் ஜார்ஜ் "சனிக்கிளமையும் ஞாயித்திக்கிளமையும் விடுமுறை நாட்கள்" என்று அறிவிக்கும் மேடை. மதியம் பலருக்கு அதுதான் சாப்பிடும் இடம்.

நான் மூணாங்கிளாசுக்குப்பிறகு அங்கு உட்கார்ந்து சாப்பிட்டதே இல்லை. ஆச்சரியகரமாக ஏழெட்டு முறை என் சாப்பாட்டில், இல்லை இல்லை, காக்கா இல்லை, ஆலமரப்பழம் ஆரஞ்சு சிகப்பாக இருக்கும், அது பிய்ந்து போய் மஞ்சளில் குட்டி நார் நாராய் வெளியே தெரியும் அந்தப் பழம் என் டிஃபன் பாக்ஸுக்குள் விழுந்திருக்கிறது. விழுந்த அதிர்ச்சியில் அதன் மஞ்சள் நார்கள் வெளியே தெறித்து என் வெளேரென்ற தயிர் சாதத்தில் மஞ்சள் பொடிப்பொடியாய்ப் பரவி.... அந்த பயத்தில் அங்கே சாப்பிடுவதை நிறுத்திவிட்டேன்.

கோட்டூரிலிருந்து வரும் பிள்ளைகள் காந்தி நகர் நாலாவது மெயின் ரோடு வழியாக வந்து, இப்போது பால வித்யா மந்திர் பள்ளி

இருக்கிறதே அந்த இடத்தில் இருக்கும் குட்டையின் ஓரமாக நடந்து இந்த ஆல மரம் வழியாக வருவார்கள். மழை நாட்களில் அடர்த்தியான இந்த மரம்தான் பலருக்கு குடை.

வெயில் நாட்களில் மீனாட்சி டீச்சர் “வாங்கடா பசங்களா” என்று கூப்பிட்டுப்போய் ஆலமரத்தடியில் க்ளாஸ் நடத்தி இருக்கிறார்.

ஸ்கூல் ஆன்யுவல் டேயில் இந்த ஆலமர மேடைதான் கலை நிகழ்ச்சிகளுக்கு. வருடா வருடம் தவறாமல் அந்த மை ஃபேர் லேடி பாட்டுக்கு டான்ஸ் ஆடும், ஃப்ரில் வைத்த ரோஸ் நிற ஃப்ராக் போட்டு மூஞ்சியெல்லாம் பளபளக்கும் ஏதோ ஒரு சங்கதியை அப்பிக்கொண்டு, ஸ்கூலுக்கு எதிர்வீட்டில் இருக்கே அந்த பானு ஆடும்.

நாங்கள் ஆவலோடு காத்திருப்பது வசுந்தராவின் பாட்டுக்கு என்றாலும் அன்று மட்டும் அவள் மஜெந்தா யூனிஃபார்ம் இல்லாமல் கலர் கலர் பாவாடை சட்டையில் வருவதும் ஒரு காரணம் என்பதை ஒப்புக்கொள்ளத்தான் வேண்டும்.

இண்டர்வெல் வேளைகளில் பல பையன்கள் ஆலமர விழுதைப் பிடித்து ஊஞ்சல் ஆடுவார்கள்.

பின்னாளில் ஐ ஐ டியில் மாட்ச் விளையாடப் போகும்போது பல ஆலமரங்களைப் பார்த்திருக்கிறேன் என்றாலும் அவற்றின் அடர்த்தியும் பசுமையும் இலைகளின் காத்திரமும் ஏனோ என்னைக் கவரவில்லை. விழுதுகள் கூட அங்கே சோனியாக ஒருவித அனீமிக்காக இருப்பதாக உணர்ந்திருக்கிறேன். என்னமோ என் ஸ்கூலின் ஆல மரங்கள் எனக்குக் கொடுத்த ஓர் உணர்வை அந்த ஐஐடி மரங்கள் தரவில்லை.

இப்போது யோசித்துப் பார்த்தால் அந்த மூன்று ஆல மரங்களும் என் பள்ளி வாழ்க்கையின் அனுபவங்களில் ஒன்றாகக் கலந்து விட்டிருப்பதை உணர முடிகிறது.

எத்தனையோ வ்யாசங்கள் என் ஸ்கூல் பற்றி எழுதிவிட்டேன். அப்போதெல்லாம் இந்த ஆலமரம் என் நினைவில் வந்துவிடவில்லை என்றாலும் என் மூளையின் ஞாபக செல்களில் பதிந்துவிட்டிருப்பதை அறிகிறேன். சில ஏகாந்த இரவுகளில் அந்த ஞாபகம் என்னை ஆட்கொண்டிருக்கிறது.

திங்கள் கிழமை பிரேயர், பானுவின் டான்ஸ், வசுந்தராவின் பாட்டு, ஜார்ஜ் ஹெட்மாஸ்டரின் சுவிசேஷ வாசனை கலந்த பேச்சு, அந்த ஆலமரத்தின் கீழே உட்கார்ந்து சாப்பிடக்கூடாது என்னும் என் ஜாக்கிரதை உணர்வு, மீனாட்சி டீச்சரின் கோடைக்கால க்ளாஸ் என்பவற்றைத் தாண்டி தீபாவளிக்கு அடுத்த ஒரு நாள் மதியம் விழுதைப்பிடித்து வேக வேகமாக ஆடினபோது விழுது அறுந்துபோய் தலைகுப்புற விழுந்து, மேடை ஓரக்கூர்மையில் மண்டையின் பின் பக்கம் இடித்து வாய் பிளந்து செத்துப்போன ரகுராமனையும் அந்த ஆலமர ஞாபகங்கள் வந்து நிறைக்கின்றன.

இப்போதும் கூட சில நாட்களில் சட்டென்று காரை எடுத்துக் கொண்டு போய் அந்த ஆலமரங்களைப் பார்த்துவிட்டு வரணும் என்கிற உத்வேகம் தோன்றும்.

அந்த மூன்று ஆலமரங்களும் இப்போது இல்லை.

ஆனால் அப்பாவையும் அம்மாவையும் மற்றும் ஆதர்ஸ மீனாட்சி கற்பகம், பத்மா சீதாலட்சுமி டீச்சர்கள் போல அவையும் காலமாகிவிட்டன. ஆம், வெட்டப்பட்டுவிட்டன என்று சொல்ல மனசு வரவில்லை, என்ன செய்ய!

நான் பார்த்த, இல்லை இல்லை, எனக்குப் பார்த்த டாக்டர்கள்

அடையாறுக்கு வந்தபின்னும் இந்தக் குக்கிராமத்தில் டாக்டர்கள் இருக்கவே மாட்டார்கள் என்னும் ஸ்திரமான கருத்தில் அப்பா என்னை இன்னமும் திநகர் டாக்டர்களிடம்தான் காட்ட அழைத்துப்போவார்.

டாக்டர் ராகவன் அப்போதெல்லாம் கோட்ஸ் ரோடில் அவர் வீட்டு வாசலிலேயே கிளினிக் வைத்திருப்பார். செயலான குடும்பத்திலிருந்து வந்தவர் போல பெரிய பங்களா வகை வீடு. வாசலில் இருக்கும் முன்னறையில் கிளினிக். 200 வார்த்தைகளில் சாட்ஜிபிடி எழுதும் கட்டுரை போல சுருக்கமாக இருப்பார். முகத்தில் அம்மைத் தழும்புகள். தடித்த ஃப்ரேம் கண்ணாடி, சுலபமாக சிரிப்பார். தனக்கும் அம்மாவுக்கும் டாக்டர் ராகவனைப் பார்க்கும் அப்பா, எனக்கு டாக்டர் எஸ் வி டி சாரிதான். திருமலைப்பிள்ளை ரோடு பாண்டி பஸார் போக இடது பக்கம் திரும்புமே அந்த இடத்தில் இன்னொரு பெரிய பங்களாவில் இவரது கிளினிக். மூன்று நான்கு கிரவுண்டு இருக்கும் விஸ்தாரத்தில் நடுவில் வீடு. கேட்டினுள் நுழைந்தவுடன் பெரிய மாமரம் அடுத்து சப்போட்டா என்று எழிலாக இருந்தாலும் தரையெல்லாம் பெருக்கவே மாட்டார்கள். நடக்கும்போது காய்ந்த சருகு இலைகளின் சப்தம் கேட்டுக்கொண்டே இருக்கும்.

பழைய மோஸ்தர் பங்களாவின் வெராண்டா - அது நீளமாக கடைசியில் வளைந்து ராயசமாக இருக்கும் - வரிசையாக பெஞ்சு போடப்பட்டு அம்மாக்கள் குழந்தைகளைத் தோளில் போட்டுக்கொண்டு உட்கார்ந்திருப்பார்கள். எப்போதும் கூட்டமிருக்கும் ராசியான குழந்தைகள் டாக்டர் இவர்.

"ரெண்டு நாளா புள்ளைக்கி ஜுரம் காய்ச்சல். ஐயா ஒரு முற தொட்டுப்பார்த்துட்டாருன்னா நிம்மதியா குழந்தைய வீட்ல விட்டுட்டு வேலைக்கிப் போய்டுவேன்!"

நல்ல தாட்டியாக தொப்பையுடன் இறுகிப்பிடிக்கும் பெல்ட் போட்டு வெள்ளைச் சட்டை பாண்ட்டுடன் இருப்பார். நான் அப்போதெல்லாம் மிகவும் உட்கார ஆசைப்படும் சுழல் நாற்காலியில் அபரிமிதமாக வழிய வழிய அமர்ந்திருப்பார். பேசியெல்லாம் அதிகம் கேட்டதேயில்லை.

"நேத்திக்கிலேர்ந்து ஜுரம்! 101 டிகிரி!"

"ம்கும்!"

"ரெண்டு தரம் வாந்தியெடுத்துட்டான்!"

"ம்க்கும்."

"வயத்த வலிக்கறதுங்கறான்!"

அம்மா முடிக்கும் முன்பே எழுத ஆரம்பித்துவிடுவார். சீட்டைக்கிழித்து கையில் கொடுப்பார்.

"என்ன சாப்பிடக்குடுக்கலாம்?"

"எது வேணா!"

"எப்ப திரும்ப வரட்டும்?"

"ஜுரம் போய்டும். வரவேண்டாம்!"

அம்மா இன்னும் கேள்வி கேட்கத் தொடங்கும்போது இன்னொரு *"ம்க்கும்!"* அவ்வளவுதான் நீங்கள் எழுந்திருக்க வேண்டுமென்று அர்த்தம்!

உத்தரவாதமாக ஜுரம் போய்விடும்!

அங்கே என்னைக் கவர்ந்தது அவர் டேபிளுக்குப் பின்னால் சுவரில் லீக் மாட்சுகளில் விக்கெட் கீப்பிங் செய்யும் டாக்டர் சாரியின் புகைப்படங்கள்!

எனக்கு எட்டு வயதானவுடன் ஜுரம் வந்தபோது “இன்னும் என்ன டாக்டர் சாரி! இங்கியே நல்ல டாக்டரா பார்த்துடலாமே” என்று குடும்பத்தில் முடிவு எடுக்கப்பட்டுவிட, அப்போது அடையாறுக்கு வந்தவர்தான் டாக்டர் கிருஷ்ணமூர்த்தி.

ஆறடி உயரம் சிவப்பான உடல்வாகு. எப்போதும் சிரிப்பு. வெங்கலக்குரல் பேச்சு. மாவு மெஷின் அரவை நிலையம் இருக்குமே அதான் வயலின் ருக்மணி வீடு தாண்டிப்போனால் இடது பாகம் வரிசையாக வரும் இடங்களில் முதலில் கிளினிக் வைத்தார். பிறகு மளமளவென முன்னேறி கஸ்தூரிபா நகர் முதல் மெயின் ரோடில் கல்யாண் கிளினிக் ஆரம்பித்து கொழித்தார். அடையாறு ஜனங்கள் அடுத்தடுத்து சீக்காகிப்போனதாலோ என்னமோ கல்யாண் கிளினிக்கின் வளர்ச்சி படு வேகமானது. டாக்டரும் உதவிக்கு என்று சில டாக்டர்களை நியமித்துவிட்டு தான் பொதுச்சேவையில் இறங்கினார். அடையாறு கல்ச்சுரல் அசோஸியேஷன் தொடங்கி நடத்தி ஒன்றிரண்டு வருடங்களிலேயே திடீரென்று மாரடைப்பில் இறந்துபோய்விட்டார்.

அடுத்து எங்களுக்கு அமைந்தவர்தான் டாக்டர் நரசிம்மன்!

உங்கள்ள யாரு பேஷண்ட்?”

“நாந்தான் டாக்டர்!”

“நீங்க அங்க உக்காருங்கம்மா! ம், சொல்லுங்க!”

பேசி, மருந்து எழுதிக்கொடுத்துவிடல்.

“டாக்டர்! இது என் ஃப்ரெண்ட் காமேஸ்வரி. அவங்களுக்கும் பிரச்சனை இருக்கு?”

“சொல்லுங்க!”

“லாஸ்ட் பதனஞ்சு வருஷமா வயத்த வலி டாக்டர். மாசத்துக்கு ஒரு நா இல்ல ரெண்டு நா உசிர் போறாப்பல வலிக்கும். ராப்பூரா வலி. கார்த்தால தேவலையாகி சரியாகிடும்.”

“யார்ட்ட காமிச்சீங்க? என்ன சொன்னார்? ஏதானும் மெடிசன் சாப்பிடறீங்களா?”

“ஆமா டாக்டர்! மூணு நாலு பேர் பார்த்துட்டா! .... கூட கன்சல்ட் பண்ணிட்டேன்!”

“அட அவர் எங்க புரொஃபசர்ன்னா?”

“அல்சர்னுதான் டையக்னோஸ் பண்ணினா! கடாக்ஸில் சாப்பிடறேன்!”

சரி இப்படி கொஞ்சம் படுத்துக்கோங்க!”

வயிற்றைத் தொட்டுத்தடவி பரிசோதனை.

“இல்லம்மா! இது அல்சர் மாதிரி இல்ல. எனக்கென்னமோ கால் பிளாடர் ஸ்டோன்னு தோணறது. நீங்க ஒண்ணு பண்ணுங்க............!”

ஒரே ஒரு டெஸ்ட். வட்டங்களின் நடுவில் அம்பு தைத்தாற்போல *சரியான டையாக்னொஸிஸ்!*

அம்மாவுக்கு *சர்ஜரி* நடந்து வயிற்று வலி பிரச்சனை போயே போய்விட்டது.

அன்றிலிருந்து அம்மாவின் ஆஸ்தான டாக்டராகிப்போனார். கூடவே எங்க எல்லோருக்கும்.

அவரது பேச்செல்லாம் நான் மேலே எழுதினது போல இருக்காது. கடுமையான விசாரிப்பாக வரும். சிரிப்பு என்றால் என்ன என்பார். ஒரு நிமிடம் அதிகம் கிளினிக்கில் நிற்க விடமாட்டார். எதிராளியை சமாதானப்படுத்தவெல்லாம் முயற்சியே கிடையாது. பொரிவிளங்காய் உடைப்புப் போல தட்டித் தட்டி எல்லாம் இல்லை. அப்பளம் நொறுக்குவது போல ஒரே அடிதான்.

“இல்லை. இது நான் ட்ரீட் பண்ண முடியாது, நீங்க மலருக்குப் போயிடுங்க!”

அப்புறம் பேச்சே கிடையாது.

வைத்தியம் தவிர வேறொன்றும் தெரியாது என்பதில் கருணையற்று இருக்கும் பர்சனாலிடி.

“டாக்டர்! நான் டாக்டர் வைகுண்டம்னு ஒரு கலெக்ஷன் ஆஃப் ஷார்ட் ஸ்டோரீஸ் எழுதியிருக்கேன். புக்க உங்கள்ட்ட குடுக்கலாம்னு....!”

“நிஜமா இல்ல இமாஜினேஷன் கதையா?”

“கற்பனைதான் டாக்டர்! ஆனா..!”

இடைமறிக்கப்பட்டேன்.

“வேணாம் சார்! நா ஃபிக்‌ஷன்ல்லாம் படிக்கறதே இல்ல. வேஸ்ட் ஆஃப் டைம்!”

சுத்தமாக தடம் புரண்டு திரும்பி வந்துவிட்டேன்.

டாக்டர் நரசிம்மன் பற்றி இன்னும் என்ன எழுத..?

அதுதான் ஒரு டால்ஸ்டாய் நாவல் அளவுக்கு எழுதிக் கொண்டிருக்கிறேனே!

அடையாறு கீர்த்தனா சபா

டாக்டர் கிருஷ்ணமூர்த்தியின் அகால மரணத்தால் அடையாறு கல்ச்சுரல் அஸோஸியேஷன் நிறுத்தப்பட்டு அடையாறுவாசிகள் கச்சேரி டிராமாவுக்கெல்லாம் ம்யூசிக் அகாடமி வரையிலாவது போயாக வேண்டிய நிர்ப்பந்தம் உண்டானது. அண்ணாமலை மன்றமெல்லாம் எங்களுக்கு எட்டாக்கனி. அடையாறிலிருந்து பாரிஸ் போகும் 21 பி ஒன்பது பத்துக்கெல்லாம் கடைசி பஸ் என்பதால் அண்ணாமலை மன்றத்தில் நாடகம் பார்த்தால் கடைசி இரண்டு காட்சிகளுக்கு முன்பே வெளியேறிவிட வேண்டியிருக்கும். தமிழிசை கச்சேரிகள் என்றால் துக்கடா மங்களத்துக்கெல்லாம் காத்திருக்க முடியாது.

இப்படித்தான் ஒருமுறை எதிர்வீட்டு நாராயணன்-நல்ல ஆகிருதியான பாரி உடம்பில் தாம்புக்கயிறு மாதிரி அழுக்குப்பூணலுடன் தொப்பை முன் தள்ளி நெற்றியில் மெல்லிய கம்பியாய் ஸ்ரீசூர்ணம், புகையிலை குதப்பிக் குதப்பி உப்பின கன்னங்கள், லேசான மை ஈஷினாப்போல கண்கள் - மதுரை சோமு கச்சேரிக்குப் போய்விட்டு ஒன்பது மணிக்கெல்லாம் பஸ்பிடிக்க வேண்டிய கட்டாயத்தில் எழுந்து வந்து 21 பி பிடித்து வந்துவிட்டார். அடுத்த நாள் லஞ்ச் நேரத்தில் தம்பு செட்டி ஸ்ட்ரீட் ஹரி நிவாஸில் அசோக ஹல்வா சாப்பிட்டுக்கொண்டே "நேத்து என்னடா கச்சேரி பண்றான் அந்த சோமு! தமிழிசைன்னா ரெண்டு கோபால கிருஷ்ண பாரதி பாட்டுப் பாட வேண்டாமோ" என்று அங்கலாய்த்திருக்கிறார்,

பஸ் பிடிக்க இவர் எழுந்து வந்துவிட்டதால் அவர் பாடின கடைசி சங்கதிகளைக் கேட்காமலேயே அடித்த கமெண்ட்டுக்கு ரோஷம் வந்த பக்கத்து டேபிளில் போண்டாவை சாம்பாரில் முக்க முயன்று கொண்டிருந்த மதுரை சோமு ரசிகர் ஒருத்தர் இவரை விளித்த சில கும்மோணம் ஸ்பெஷல் வார்த்தைகளை இங்கே எழுதினால் என் மரியாதைக்கு ஹானி உண்டாகும்.

நிற்க,

அடையாறு கல்ச்சுரல் அஸோஸியேஷன் மூடின பல வருஷங்களுக்குப் பிறகு இன்னொரு சபா உருவானது அடையாறின் நல்லூழ்!

அனந்தாச்சாரி என்று பேர் பெற்ற ஆடிட்டரின் இரு மகன்கள் டி ஏ கண்ணன் மற்றும் டி ஏ ரவி, அடையாறு தனலட்சுமி நகரில் இருந்தார்கள். இந்தியன் கிரிக்கெட்டர் டி ஏ சேகரின் மூத்த சகோதரர்கள்! ரவி சி ஏ முடித்து அப்பாவுடன் பிராக்டிஸ் செய்ய கண்ணன் ஒரு பிரிண்டிங் பிரஸ் வைத்து நடத்தினார். இருவரும் எனக்கு ஓரளவு பரிச்சயம்.

அந்த டி ஏ கண்ணன் ஒரு நாள் எங்கள் வீட்டுக்கெல்லாம் நோட்டீஸ் வினியோகித்தார். அதில் அடையாறின் பல நாள் தேவையான சபா ஒன்று தொடங்கவிருப்பதாகவும் அதற்குக் கீர்த்தனா என்று பெயர் என்றும் சப்ஸ்கிரிப்ஷன் கட்ட வேண்டியிருந்தார்.

மளமளவென சந்தாதாரர்கள் குவிய சுபயோக தினத்தில் தொடங்கிவிட்டது.

இந்தமுறை சபா இடம் காந்தி நகருக்கு இடம் பெயர்ந்தது.

எங்கள் ராணி மெய்யம்மை ஸ்கூலில் தெற்குப்புறம் பெரிய மாளிகை போல ஒரு கட்டடம் பாதி முடித்து செங்கல் தெரிய அரைநிர்வாணமாக நிற்கும். அதை கல்கி மண்டபம் என்போம். அரைகுறை மாடிப்படி திறந்த பல அறைகள் தரையெல்லாம் மேடும் பள்ளமுமாய் “ஜிலோ” வென்றிருக்கும். இண்டர்வெல் மதிய சாப்பாட்டு நேரமெல்லம் பசங்களால் நிரம்பி வழியும். அதன் வெளிச்சுவரில் கரிக்கட்டியால் ஸ்டம்ப் வரைந்து ரப்பர் பால் கிரிக்கெட் விளையாடுவோம். அங்கே போலிங் செய்து நான்

ஒரு முறை எட்டு விக்கெட் எடுத்த சாகசத்தை என் சுயசரிதையில் எழுதிக்கொள்கிறேன்.

பத்தாம் க்ளாஸ் வந்த ஜோரில் சில தைரியப் பையன்கள் சில தைரியப் பெண்களிடம் பேசுவது இந்த கல்கி மண்டபத்தின் மறைவான அழுக்குச் சுவருக்குப் பின்புறம்தான். காதல் கத்திரிக்காயெல்லாம் கிடையாது. சும்மா ஒரு த்ரில்லுக்காக. என் சீனியர் ஜிட்டு என்னும் ராஜேந்திரன் ஒருமுறை தமிழ் மீடியம் மங்களாவிடம் பேசிக்கொண்டிருந்ததை யாரோ பார்த்துச் சொல்லிவிட மங்களாவின் அண்ணன் ஒருத்தன் அப்போது ஆல்காட் ஸ்கூலில் படித்துக்கொண்டிருந்தான் என்பார்கள் - ஜிட்டுவை ஸ்கூல் முடிந்து போகும் ஒரு மாலையில் காந்தி நகர் மூன்றாம் மெயின் ரோடில் வைத்து வீறிவிட்டான்.

“நேத்து சைக்கிள்ளேர்ந்து விழுந்துட்டேண்டா” என்று ஜிட்டு சொன்னாலும், அவன் கையில், கன்னத்தில் பிளாஸ்திரி நம்ப இடம் கொடுக்கவில்லை. ஏனோ அதற்குப் பிறகு ஜிட்டு கல்கி மண்டபம் பக்கம் விளையாடக்கூட வரவில்லை!

“நீ ஏண்டா அங்க போய் மங்களாவோட பேசினே?”

“அவளுக்கு ட்ரிக்னாமெட்ரியில சந்தேகம்டா! எல்லார் எதிரயும் என்னைக் கேக்க கூச்சப்பட்டு கல்கி மண்டபத்துக்குப் போலாம்னு அவதான் சொன்னா!”

கிருஷ்ணாயில் என்னும் பட்டப்பெயர் கொண்ட டி ஆர் எஸ் வாத்தியார் ஒருமுறை ஜிட்டுவிடம், “காஸ் தீட்டாவுக்கு டெஃப்பனஷன் சொல்லுடா” என்றபோது “ஸார்! நா காசெல்லாம் திருடலை” என்று சொன்ன ஜிட்டுவின் ட்ரிக்னாமெட்ரி அறிவு லெவலுக்கு அவனின் புருடாவை யாரும் நம்பவில்லை.

கீர்த்தனா சபாவுக்கு அந்தக் கல்கி மண்டபம்தான் ஆடிட்டோரியம். அதை அருமையாக “ஒக்கப்” பண்ணி பின்பக்க ஓட்டைகளைப் படுதா கொண்டு அடைத்துத் தரையில் சிமெண்ட் மெழுகி முன்பக்கம் வரிசையாக சேர் போட்டு அமர்க்களமாக ஓப்பன் ஏர் ஆடிட்டோரியமாக ஆக்கி கீர்த்தனா சபா தொடங்கியது.

அடையாறு ஆசாமிகளின் கர்நாடக சங்கீத ரசனையைத் தெரிந்ததாலோ என்னமோ கண்ணன் வெறும் டிராமாக்களாகவே

போட்டார். 'கிரேஸி தீவ்ஸ் இன் பாலவாக்கம்', டெனண்ட் கமாண்ட்மெண்ட்ஸ்', காத்தாடி ராமூர்த்தியின் ஹனிமூன் கப்பிள்ஸ், 'ஹியர் ஈஸ்' காசி ஏன், மனோகரின் 'காடக முத்தரையன்' டிராமா கூட இங்கே பார்த்திருக்கிறேன்.

என் எஸ் ரவிசங்கர் என்று ஒருவர் ஓரிரு சஸ்பென்ஸ் டிராமாக்கள் போட்டார். அவரது அபார ஸ்கிரிப்டின் மேன்மை இப்போது நாடகம் எழுதும் எனக்குப் புரிவதால் அவரை இன்று சந்தித்தால் தோளைக்கட்டி அணைப்பேன்!

சிவராஜ் ஆனந்தின் லைட் ம்யூசிக் - இங்கு டிரம்மர் சம்பத், ராஜதுரை, திலகா பற்றி நான் முன்பே எழுதிய வ்யாசத்தை நினைவில் வைத்திருப்பவர்கள் வாழ்க ஏ வி ரமணன் ம்யூசியானோ எல்லாம் கேட்டிருக்கிறேன்.

மழை நாள் தவிர மாதம் விடாமல் இரண்டு நாடகங்கள் போட்டுக்கொண்டிருந்த கீர்த்தன சபா ஏன் நிறுத்தப்பட்டது என்பது இன்றுவரை எனக்குப் புரியவில்லை.

அதைத் திறம்பட நடத்திய கண்ணன் ஏனோ மத்திம வயதில் இறந்துபோனதும் அவரது சகோதரர் டி ஏ ரவியும் அகாலமாக இறந்துபோனதும் இங்கே எழுதினால் "இவனுக்கு வேற வேலையில்லை! ஒரு வ்யாசம் விடாமல் தரித்திர சேதியாகவே எழுதுகிறான்" என்ற வசவுக்கு ஆளாவதால்.........

எழுதப்போவதில்லை!

பி.கு: இந்த சபா சம்பந்தமாக ஒரு போட்டோ கூட இல்லாதது துரதிர்ஷ்டம். யாராவது ஹெரிடேஜ் ஆசாமியிடம் போட்டோ கிடைக்குமானால், வாத்தியார் சுஜாதா பாணியில், "நான் என் ராஜ்ஜியத்தில் பாதியைத் தந்து என் பெண்ணையும் கல்யாணம் செய்துவைக்கத் தயார்!"

கலையரசி

சில வருடங்களுக்கு முன்னால் மாதவராவைப் பற்றி எழுதியிருந்தேன். அதில் கலையரசி என்னும் சித்தாள் பற்றி ஒரே ஒரு வரி வந்திருந்தது. கோடிக்கணக்கான வாசகர்கள், சரி ஓகே, சில நூறு நண்பர்கள் “அதாரு கலையரசி? விவரமே இல்லியே” என்னும் ரீதியில் தங்களின் ஆர்வத்தை வெளிப்படுத்தியிருந்தார்கள்.

“ஆஹா அதற்கென்ன சொல்றேனே என்று வாக்குக் கொடுத்திருந்தேன்! சொல்வதற்கு இப்போது ஒரு காரணம் ஏற்பட்டிருக்கிறது.

என்ன காரணம்?

எப்போதும் வேஷ்டியுடனேயே இருக்கும் மாதவ ராவ் எங்கள் வீட்டு மாடிப்படி கட்டித்தந்த எஞ்சினீயரா காண்ட்ராக்டரா என்று தெரியாத கட்டடக்கலை விற்பன்னர்.

எழுபத்தொன்றாம் வருடம்.

தீபாவளிக்கு அடுத்த ரெண்டு நாள் லீவில் ஒரு காலை ஏழு மணிக்கு மெதுவாக எழுந்து வந்தபோது ஹாலில் அப்பாவுடன் பேசிக்கொண்டிருந்த காட்சியில்தான் நான் மாதவராவை முதலில் பார்த்தேன்.

சலவை வெளுத்த வேஷ்டியும் குளிர்ச்சியான மெல்லிய நீலக்கலர் அரைக்கைச் சட்டையும், நெற்றியில் பிசிறில்லாத சந்தன வளையமும் அதன் மேல் கீற்றாய் குங்குமமுமாய் கறுப்பாய் இருந்தார். சுலபத்தில் சிரிக்க மாட்டார் என்று தோன்றியது.

வரும் ஜூன் மாதத்தில் எனக்கு பூணல் என்றும், வீட்டு மாடியிலேயே பந்தல் போட்டு பண்ணிவிடப் போகிறார்கள், அதனால் அப்பா, மாடிக்குப் படி கட்டிவிடத் தீர்மானித்து விட்டார் என்பதும் பிற்பாடு அறிந்துகொண்டேன்.

அடுத்த சில வாரங்களில் அவரை ஓரிருமுறை அப்பாவுடன் பேசும்போது பார்த்ததோடு சரி.

அந்த டிசம்பர் பரிட்சை முடிந்து லீவில் ஒரு நாள் நானும் அம்பி என்னும் வைத்தியநாதனும் அம்மாவுக்குத் தெரியாமல் (என்று நினைத்துக்கொண்டு!) மொட்டை மாடியில் கொய்யா அடிக்கப்போனபோது சலசலப்பு கேட்க எட்டிப் பார்த்ததில் கறுப்பாக ஒரு ஆள் ஏணி மேல் ஏறி மாடிக்கு வந்தான்.

உடனேயே கீழிருந்து அம்மா, "ரகு! மேஸ்திரி வந்திருக்கார் பாரு. கொஞ்சம் அளவெடுக்க ஹெல்ப் பண்ணு" என்று சத்தம் போட்டாள்.

மெல்லிய உடல்வாகும், ஒட்டின கன்னங்களுமாய் வந்த மேஸ்திரி அர்ஜுனனை எனக்கு உடனே பிடித்துப்போய்விட்டது. வாத்சல்யத்தோடு அவன் சிரித்ததும் ஒரு காரணமாய் இருக்க வேண்டும். வசீகரமாய் அவன் கையில் வைத்திருந்த தட்டை இஞ்ச் டேப்பும் கூடத்தான்.

நுனியில் அலுமினியம் வளையம் வைத்து "சர்" ரென்று பாவாடை நாடாபோல எந்தச் சிக்கலும் இல்லாமல் சுலபமாக உருண்ட அந்த டேப்பைக் கையாள்வதற்காகவே நான் அர்ஜுன மேஸ்திரிக்கு உதவினேன்!

இரண்டு மூன்று நாட்களுக்குப் பிறகு காலைத் தூக்கத்தில் சத்தம் கேட்டு முழித்ததில், வாசலில் நான்கைந்து பேர் ஒரு மாட்டு வண்டியிலிருந்து இறங்க, கூடவே மண்வெட்டி, கொலுரு, மட்டப்பலகை என்று நான் பின்னால் அறிந்துகொண்ட சாமக்ரியைகளும் இறங்கின. அர்ஜுன மேஸ்திரியுடன் இன்னும்

இரண்டு ஆட்களும், ஒரு சின்னப்பையனும் கூடவே, நீங்கள் ஆவலுடன் எதிர்பார்க்கத்தக்க கலையரசி என்னும் சித்தாளும் இருந்தனர்.

கலையரசி பற்றிச் சொல்லியாக வேண்டும், ஆனால் இப்போது அல்ல!

வீட்டு வாசலில் நாங்கள் பீச்சில் மட்டுமே பார்த்திருந்த மணல் கொட்டியிருந்தது. மடமடவென வேலையே ஆரம்பித்து விட்டார்கள். அந்த லீவில் சாயங்காலம் விளையாடப்போகும் நேரம் தவிர நானும் வேடிக்கை பார்க்கவென்று வெயிலில் காய்ந்தேன்.

“செங்குரங்கு மாதிரி இருக்கே, உள்ளே வாடா!”

“லீவு விட்டா புஸ்தகத்தைத் திறக்கவே கூடாதுன்னு வைராக்கியமா? நீயும் கொலுத்து வேலைக்குதான் போகப்போறே!”

அம்மாவின் செல்ல வசவுகளுக்கு இடையில் அந்த மாடிப்படி கட்டும் வேலை என்னை ஈர்த்திருந்தது.

தினமும் மாதவ ராவ் எட்டு மணிக்கெல்லாம் வந்து விடுவார். நீலம் அல்லது சந்தனக்கலர் சட்டை, சலவை வேஷ்டிதான். லாம்ப்ரெட்ட ஸ்கூட்டரில் வந்து இறங்குவார். அவர் ஸ்கூட்டர் ஓட்டி நான் பார்த்ததே இல்லை. எப்போதும் ஒரு பையன் ஓட்டிக்கொண்டு வருவான். இவர் வேஷ்டியை லாகவமாகக் கையில் பிடித்தபடி பில்லியனில் வருவார். ஸ்கூட்டருக்கு டிரைவர் வைத்திருக்கிறார் என்று நாங்கள் பேசிக்கொள்வோம்.

நேரே மாடிப்படி வேலை நடக்கும் இடத்துக்குப்போய் பார்ப்பார். அர்ஜுன மேஸ்திரியுடன் பேசுவார். இன்ஸ்ட்ரக்‌ஷனெல்லாம் கொடுப்பார். வீட்டுக்குள் வந்து அப்பாவிடம் பேசிவிட்டு அம்மா கொடுக்கும் மோரை (“காபி டீயெல்லாம் சாப்பிடறதில்லைம்மா!”) கிட்டத்தட்ட ஒரு அடி தள்ளித் தூக்கி வைத்துக் குடித்துவிட்டு போய்விடுவார்.

அவர் வாசலுக்கு வரும் நேரமாய் கலையரசி ஸ்கூட்டரை நெருங்குவாள். ஏதோ பேசிவிட்டு, நான் பார்த்த சமயங்களில் எல்லாம் கொஞ்சம் சில்லறை கொடுப்பார்.

இந்தக் கலையரசிக்கு முப்பது வயது இருக்கும்.

“முகத்தில என்ன லட்சணம் பாரு” என்று அம்மா சொல்லிக் கேட்டிருக்கிறேன். தலையில் சும்மாடு கட்டிக்கொண்டு தண்ணீரைச் சேந்திக்கொண்டு “திங்கு திங்கு” என்று நடக்கும்.

“கொஞ்சம் பதவிசாத்தான் நடையேண்டி!”

“நானுந்தான் நல்லி, குமரன்னு தேடறேன். நல்லதா பொடவ ஆம்டவே மாட்டேங்கறது. இந்தக் கலையரசி பாரேன், என்னமா கலர்ல கட்டிண்டு மினுக்கறது!”

அம்மா சொல்லுவாள்.

கலையரசி எல்லோரிடமும் சிரித்துச் சிரித்துப் பேசும். அவ்வப்போது சீப்பை எடுத்து தலை வாரிக்கொள்ளும். மாலை கிளம்பும்போது, “அம்மா, குங்குமம் கொடேன்” என்று வாங்கி இட்டுக்கொண்டு போகும். உள்ளே பவுடர் வெச்சுண்டிருக்கு போலருக்கு என்று அம்மா சந்தேகப்படுவாள்.

சனிக்கிழமை மாலை தவறாமல் மாதவ ராவ் வந்துவிடுவார். சம்பளப்பட்டுவாடா நடக்கும். இந்த வாரம் வாங்கின கடன், அது இது என்று ஏக சம்பாஷணைகளுக்கு நடுவில் முடித்துவிட்டு மாதவ ராவ் ஸ்கூட்டரை நோக்கிப் போகும்போது கலையரசி கூடப்போவாள். சத்தமில்லாத வார்த்தைகளுக்குப் பிறகு மாதவராவ் புறப்பட்டு விடுவார்.

ஓரிரு முறை மாலை வேளைகளில் “பையன்” கடைக்குப் போய் டேபிள் சால்ட் அல்லது நூறு கிராம் கடுகு என்று வாங்கிவர அம்மா என்னை அனுப்பின சில சந்தர்ப்பங்களில் தெருவோர பெட்டிக்கடைக்கு அருகே மாதவராவின் ஸ்கூட்டருக்கு பக்கத்தில் அந்த டிரைவர் பையன் பராக்குப் பார்த்துக்கொண்டிருப்பதும், சற்றுத்தள்ளிப் பேசினால் காது கேளா தூரத்தில் கலையரசி, ஒன்றிரண்டு அடிகள் தள்ளி மாதவ ராவ் நிற்பதையும் பார்த்த ஞாபகம் இருக்கிறது.

சாதாரணமாக கட்டட வேலை நடந்துகொண்டிருந்த ஒரு நாள் சின்ன சம்பவம்.

அப்போதுதான் நான் ஸ்கூலிலிருந்து வந்து டிபன் சாப்பிட்டுக் கொண்டிருந்தேன்.

“மத்தியானம் ஏண்டா கொஞ்சூண்டு மீதி வெக்கறே?”

அம்மா சாடிக்கொண்டிருந்தாள். வாசலில் இருந்து ஏதோ சலசலப்பு கேட்டது. புது ஆள் ஒருத்தன் நின்றுகொண்டிருந்தான். அருகில் அர்ஜுன மேஸ்திரி. படபடப்புடன் இருந்தான்.

அம்மா, இவன் என் தம்பி. ஊரிலேர்ந்து ஓடி வந்திருக்கான். என் பையன பாம்பு கடிச்சிடுத்தாம். நா ஒடனே போகணும். என்ஜினீயர் அய்யாகிட்டே நீங்க சொல்லிடறீங்களா?”

அம்மா பரபரப்புடன், “ஒண்ணும் ஆகாது மேஸ்திரி. இந்தாங்க செலவுக்கு வெச்சுக்கோங்க” என்று சொல்லி ஐம்பது ரூபாய் கொடுக்க அர்ஜுன மேஸ்திரி ஓடினான்.

வேலை கொஞ்சம் தடைபட்டது. மாதவ ராவ் இன்னும் கடுகடுத்த முகத்துடன் காலை வேளைகளில் கத்திவிட்டுப்போவார். ஒரு வாரத்துக்குப்பின் அர்ஜுன மேஸ்திரி திரும்பி வந்துவிட்டான். பையன் போய்விட்டானாம். அம்மா ரொம்பவே வருத்தப்பட்டாள்.

“நம்ம ரகு வயசுதான் பாவம் என்று அப்பாவிடம் சொன்னதை நான் கேட்டேன்.

அடுத்த ரெண்டே வாரத்தில் மாடிப்படி வேலை முடிந்துவிட்டது. வேலையாட்கள் போய்விட்டார்கள். கலையரசி “பழம்புடவை குடும்மா” என்று கேட்டு வாங்கிக்கொண்டு போனது. மாதவ ராவ் கணக்கு வழக்கு முடித்துக்கொண்டு போனது, ஜூன் மாதம் என் பூணல் வைபவம் கோலாகலமாக நடந்தது எல்லாம் வெறும் விவரங்கள்தான்.

பூணல் அன்று மத்தியானம் அர்ஜுன மேஸ்திரி வந்தது ஒரு ஆச்சரியமான நிகழ்வு. ஆளே பாதியாகி இருந்தான்.

“என்ன கல்யாணமா” என்று என்னை விசாரித்தான். பின்புறம் உட்கார்ந்து சாப்பிட்டான். போகும்போது ஒரு இங்க் பேனா பரிசளித்தான். “நல்லா படிக்கணும், என்ன” என்று சொல்லிவிட்டுப் புறப்பட்டான். ஏனோ அந்த இங்க் பேனா எனக்கு மிகவும் பிடித்திருந்தது.

அடுத்த மாதம் ஒரு ஞாயிற்றுக்கிழமை மாதவ ராவ் வீட்டுக்கு வந்திருந்தார்.

“எங்க இந்தப் பக்கம் மாதவராவ்?”

“அடுத்த தெருவுல அதான் நம்ம ஆடிட்டர் வீட்டுல ஒரு காம்பவுண்ட் கட்டும் வேல. அப்படியே உங்களைப் பாத்துட்டுப்போலாம்னு வந்தேன்!”

“என்னப்பா தம்பி, நல்ல மார்க் வாங்கியிருக்கியாமே!”

என்னை விசாரித்தபோது கூட அவர் சிரிக்கவேயில்லை!

“ஆமாம் ஸார், இவன்கூட சொல்லிண்டு இருந்தான். அர்ஜுனன் குடுத்த பேனாவில்தான் எக்ஸாம் எழுதினேன்னு. அர்ஜுன மேஸ்திரியை ஒருநாள் வரசொல்லுங்களேன் இங்க!”

மாதவ ராவ் கடுகடுத்தார்.

“அவன் எங்க இங்க? ரொம்ப பாடு சார் அவனோட. போன மாசம் சிந்தாதிரிப்பேட்டைல ஒரு வீட்டுக்கு பூச்சு வேலைம்போது சாரத்துலேர்ந்து கவனமில்லாம கீழே விழுந்து, ஆஸ்பத்திரி அது இதுன்னு எனக்கு நாலாயிரத்துக்கு மேல செலவு. இப்போ வேலைக்கும் வரதில்லை. இவனுங்களை வெச்சுண்டு சுத்த கழுத்தறுப்பு சார்!”

எனக்கு ஏன் அப்போது கலையரசி ஞாபகம் வந்தது என்பதை நடராஜன் போன்ற தேர்ந்த சைக்காலஜிஸ்டு ஆசாமிகள் சொல்லலாம். ஆனால் எனக்கு இன்றுவரை மாதவ ராவ் மீதான கோபம் குறையவே இல்லை.

“இப்ப என்ன இத்தனை வருஷத்துக்கப்புறம் இந்த வ்யாசம் என்பவர்களுக்கு, போன வாரம் வாக்கிங் போய்விட்டு ஈராஸ் தேட்டர் பக்கமாக நடந்து வந்தேன்.

முளைக்கீரை வாங்க வேண்டும் என்று லதா சொன்னது நினைவுக்கு வர, எதிர்ப்பக்கம் பார்த்தேன்.

வாழையிலை கொட்டி வைத்திருந்த பிளாட்ஃபாரத்துக்கு அடுத்து அந்த எலக்ட்ரிகல்ஸ் கடை இருக்குமே அதன்

வாசலுக்கு சற்றுத்தள்ளி கீரை இருப்பது போலத்தெரிய கிராஸ் பண்ணிப்போனேன்.

வயதான கிழவி. ஆனால் பளிச்சென்று புடவையும் நெற்றியில் குங்குமப்பொட்டுமாய். கறுத்த மினுமினுப்பு குறையாத முகத்தில் எப்போதும் ஒரு சிரிப்பு. வருடக்கணக்கில் வெற்றிலை பொட்டுச்சிவந்த நாக்கு. வெறு வாயைக் குதப்புவதுபோல அசைத்துக் கொண்டிருந்தாள்.

"கீரை எப்படிம்மா?"

நிமிர்ந்து பார்த்தவர் கண்ணில் சின்ன வெளிச்சம்.

"நீ அயிரு வூட்டுப் பையன்தானே?"

பக்கென்றது.

அயிரு வூடு சரி, பையனா?

"என்னைத் தெரியுமாம்மா உங்களுக்கு?"

கிழவி ஒரு அலட்சியப்பெருமை காட்டினார்.

"ஏன் தெரியாம? நீ அந்த நேரு நகர் தெரு பையன்தானே?

மறுபடி பையனா?

"நேரு நகர்ல்லாம் இல்லையே!"

அவசரமாக மறுத்தேன்.

"அது இன்னாவோ நகருப்பா! கேட்டு வெச்ச சின்ன வூடு."

எல்லார் வீட்டுலயும்தான் கேட் வெச்சிருக்கும். என்ன சொல்கிறாள்?

"அப்ப மாரியே கொட்ட கொட்ட முழிக்கற? உங்கூட்டு மாடிப்படி நாந்தானே கட்டித்தந்தேன்! ஆமா அம்மா நல்லாக்குறாங்களா? வயசாயிட்ருக்குமே?"

கலையரசி!

அட! நீங்களா? சித்தாள்... அது கொலுத்து வேல செஞ்சிட்ரூந்தீங்களே? இப்ப என்ன கீரை..?

“போன வருஷம் மாதவ ராவ் பூட்டாருல்ல? நா பொழக்கத்தாவல? ந்தா! கீரை வாங்கிக்கினு போ!”

“என்ன கீரை இது?”

“முளைக்கீரதாம்ப்பா!”

“இல்ல எனக்கு சிறு கீரதான் வேணும்!”

முளைக்கீரயே கிடைக்கல என்று லதாவிடம் சொல்லிக்கலாம்!

மஹேந்திர வர்மரே! நீர் என்னுடைய வார்த்தைக்கு…

"மஹேந்திர வர்மரே! நீர் என்னுடைய வார்த்தைக்குக் கட்டுப்படா விட்டால் உம் மீது இந்தக் கணமே போர் தொடுப்பேன்!"

"வேண்டாம் விக்கிரமா! நான் உன் தந்தையின் நண்பன்! என்னிடமே நீ சவால் விடுகிறாயே!"

"போடா! இந்த மாதிரி உப்புச் சப்பில்லாம பேசக்கூடாது."

"வேற எப்படிறா பேசணும்? இப்படித்தான் அம்புலி மாமா கதையில் வருது!"

"மகத நாட்டை மஹேந்திரவர்மன் என்ற மன்னன் ஆண்டு வந்தான். அவனுக்கு இரண்டு பெண்கள்" என்று ஆரம்பிக்கும் அம்புலி மாமா கதைகள், காந்தி நகர் நாலாவது மெயின் ரோடு திரும்பி செயிண்ட் பாட்ரிக்ஸ் போகுமே, அந்த ஆள் நடமாட்டமில்லாத தெருவின் மத்தியானங்களில் எங்களின் நாடகமாக உருப்பெற்று சீரழியும். ஆனால் அந்த சந்தோஷ நிமிஷங்களுக்காக இன்று வலது காதையும் இடது கை முட்டி வரையிலும் வெட்டித்தருவதற்கு நான், பாபு, சுரேஷ், சங்கர், ராமநாதன், ஈயம் என்று ஒரு பெரும் கோஷ்டியே இருக்கிறது.

"என்ன ராங்க் வாங்கின போன மன்த்லி டெஸ்டுல?"

"இன்பச்சுற்றுலா பத்தின வ்யாசம் வர திங்கள் கிழமைக்குள்ள வந்து சேரலைன்னா, ஒரு பய க்ளாஸுக்குள்ள நுழைய முடியாது.

ரகு! அம்மாவல்லாம் கூட்டிண்டு வந்தாலும் இந்த தரம் ஒண்ணும் நடக்காது, ஜாக்கிரதை!"

"இந்த சனிக்கிழமை லீவு கிடையாது. அஞ்சு பீரியட் உண்டு. அன்னிக்கு இங்க்லீஷ் பேச்சுப்போட்டி. எல்லோரும் கலந்துக்கணும்."

அப்போதெல்லாம் இந்த மாதிரியான சித்திரவதைகளிலிருந்து எங்களுக்கு அபார விடுதலை வாங்கித்தந்து வாழ்க்கையின் இன்பங்களைக் கண்ணில் காட்டியது அம்புலி மாமாதான். சீனி சக்கரை என்னும் சீனிவாசன்தான் எப்படியோ முதலில் வாங்கிவிடுவான். அவனுடைய அலுமினியப்பெட்டியில் அது ராயசமாக அந்த எலாஸ்டிக் வைத்த காக்கி கலர் உள் பையில் மடங்கி சரசமாக விக்கிரமாதித்தனின் வாள் மட்டும் எட்டிப்பார்க்கும் காட்சிக்கு இணையான இன்பம் வாழ்க்கையில் இன்னும் ஒன்றுதான் இருக்கிறது!

மிக நேர்த்தியாக வாரப்பட்ட தலை, சுருள் முடி ஒன்று அழகாக நெற்றியில் விழும் விக்கிரமன், அம்மா எங்கே என்னும் சினிமாவில் ஒரே காட்சியில் வந்த அந்தப் பேயை நினைவுபடுத்தும் வேதாளம், முழங்கால் வரை தொங்கும் ஃப்ராக் அணிந்த போர் வீரன், பிற்காலத்திய 23ஆம் புலிகேசி நாசர் சாயல் ராஜகுரு, out of proportion பெண்டிர், லக்ஷணமான முகமுடைய அனுமனும் அவ்வளவு லக்ஷணமில்லாத சுக்ரீவன் மற்றும் வானரர் படங்கள், ரெமி டால்கம் பௌடர், ஒட்டகச்சிவிங்கி போட்ட இன்க்ரிமின் டானிக், மதன் மித்ரா லிவர்க்யூர் என்னும் வர்ஜ்யாவர்ஜயமில்லாத அம்புலிமாமா சமாச்சாரங்கள் என்னை ஒரு கனவுலகுக்கு அழைத்துப்போய், சில நிமிஷங்களோ, ஏன் மணிகளோ உலகை மறக்கச்செய்திருக்கின்றன. இப்போது நினைத்துப்பார்த்தால் அந்தக் கணங்களின் ஆரவாரமற்ற, பாசாங்கில்லாத தூய சந்தோஷம் கிடைக்கும் தருணங்கள், பள்ளியை விட்ட பின்பு, கிட்டத்தட்ட மறைந்தே போயின.

இப்போதும் எப்பவாவது அது போன்ற சில சந்தோஷ கணங்கள் fleetingஆக எட்டிப்பார்த்து, புரிந்துகொண்டு அனுபவிக்குமுன் ஆவியாகிவிடுவதுண்டு.

இந்த mirage வாழ்க்கையில் நான் அந்த அம்புலிமாமா நாட்களை நேற்று அனுபவித்தேன், வாண்டுமாமாவுக்கு நன்றியுடன்.

ஆம், என்னத்தையோ தேடப்போக, என் கம்ப்யூட்டரில் எப்போதோ நான் சேமித்து வைத்திருந்த நாவல் சுழிக்காற்று..!!

லாஸ் ஏஞ்சலிஸ் யூனிவர்சல் ஸ்டூடியோ என்னும் அபார கேளிக்கை தலத்தில் பெரிய சர்க்காராமா அரங்கில் முழு இருட்டில் உட்கார வைத்து ஸ்ஹ்ரெக் *3* காட்சிகளை நம்மைச்சுற்றி ஓடவிட்டு அத்திமிங்கிலம் தண்ணீரில் மூழ்கி எழுந்து வாலைச் சிலிர்த்துக்கொள்ளும்போது, நம் மேல் தண்ணீர் தெளித்து சிலிர்ப்பை உண்டாக்கும் சாகசத்தை வெறும் எழுத்தினாலே நம்மை உணர வைத்த வாண்டுமாமாவின் சுழிக்காற்று!

நடுக்கடலில் அந்த நாவாய் தத்தளிக்கும் காட்சியின் விவரிப்பு என்னை ஒரு கணம் சுற்றிலும் தண்ணீரோ என்று சந்தேகப்பட்டு திடுக்கிட வைத்த பிரமை.

ஓடிடி படமாக எடுக்க முழுத்தகுதி வாய்ந்த ஸ்கிரிப்ட்..

இலக்கியம் என்பது வெறும் பொழுதுபோக்கும் சமாச்சாரம் அல்ல. அது வாசகனை ஒரு படி மேலே உயர்த்தி...... என்றெல்லாம் இந்தக் கழுத்து நரம்பு தெறிக்கும்படி ஜல்லி அடிக்கும் அரைச்செங்கல் ஆசாமிகளே! சற்றுப் பொறுமை!

சுழிக்காற்று எனக்கு ரொம்பவ்வ்வ்வ்வும் பிடித்திருந்தது, அவ்வளவுதான்.

அதே வார்த்தைகள்

பத்மனாப சுவாமி கோவிலுக்குப் போயிருந்தேன். வெள்ளிக்கிழமையானதால் கொஞ்சம் கூட்டம் அதிகம். சேவித்துவிட்டு பிரதட்சிணம் வரும்போது டாக்டர் நரசிம்மனைப் பார்த்தேன். ஆஞ்சனேயர் சந்நதிக்கு அருகில் ஒரு பெரியவருடன் சின்னக்குரலில் பேசிக்கொண்டிருந்தார். அவரது முகபாவம் எப்போதும் போல ஒரு டிஸ்மிஸ்ஸிவ் தொனியில் தோன்றியது.

சற்றுத்தள்ளி நாகரிகமாக நின்றுவிட்டேன்.

"என்ன ராகவன்! எத்தியானு சொல்லிண்டு இருக்கேள்? உம்ம பையன் அமெரிக்கான்னா அவா சொல்றதெல்லாம் கரெக்டுன்னு எடுத்துக்கணுமா? அதெல்லாம் ஒண்ணும் இல்லை!"

இப்போது பெரியவர் முகத்தை அழுவதுபோல வைத்துக்கொண்டு பேசினார். எனக்குக் கேட்கவில்லை.

மீண்டும் நரசிம்மன் குரல்.

"ஸ்டுப்பிட்டிம்பேன் நானு! அப்ப கொழந்த மேல அவ்வளவு அக்கறை இருந்தா இண்டியாவுக்கு திரும்பி வரச்சொல்லிடுங்க!"

மறுபடி பெரியவர்.

நரசிம்மன் இப்போது கொஞ்சம் குரல் உசத்தினார்.

"எனக்கு வேற ஒண்ணும் தெரியல ராகவன்! ப்ளீஸ் குழந்தைய அப்படியெல்லாம் கொண்டே போய்விட்டு சித்திரவதைப்படுத்தாதீங்க. போகப்போக சரியாகிடும். நான் சொல்றத செய்யுங்க!"

ராகவன் என்பவர் இப்பொது சமாதானமாவது போல கைகூப்பிவிட்டு நகர்ந்தார்.

"அட! என்ன ரகு! அதிசயமா இருக்கே? கோவிலுக்கெல்லாம் வரேளே?"

அசடுவழியச் சிரித்துவைத்தேன்.

"எப்படி வந்திருக்கேள், காரா?"

"இல்ல நடந்துதான் வந்தேன் டாக்டர்!"

"அப்ப வாங்களேன் சேர்ந்தே போலாம்.!"

காந்தி நகர் முதலாம் மெயின் ரோடு வழியே நடக்கத் தொடங்கினோம்.

"பெரியவரப் பாத்தா பாவமா இருக்கே! என்ன ஹெல்த் பிராப்ள்ம் டாக்டர்?"

"புள்ள அமெரிக்காவுல இருக்கான். பெரிய பொசிஷன். அவங்குழந்தைக்கு மூணு வயசாகப்போறது பேச்சு வல்லியாம். அங்க செக்கெல்லாம் பண்ணிட்டு ஆட்டிசம்னுட்டா! அதனால் குழந்தைய ஸ்பெஷல் ஸ்கூல்லுல போடப்போறாளாம். ராகவனுக்கு பொறுக்கல. என்கிட்ட கன்சல்ட் பண்ணினார்!"

"அய்யோ பாவம் டாக்டர், குழந்தை!"

"சார் அமெரிக்காவுல வெறுமன டெஸ்ட் பண்ணி மான்யுவல்க் படி செக் லிஸ்ட வெச்சுண்டு டையக்னோஸ் பண்ணிடறான் சார். நம்மாத்து குழந்தைங்கள்ள எத்தனை பேர் நாலு வயசுக்கு மேல பேச ஆரமிச்சிருக்கா? நாம என்ன ஸ்பெஷல் ஸ்கூலுலயா போடறோம்?"

"ஆனா கொழந்தை ஏன் பேசமாட்டேங்கறான்?"

"சிம்பிள் சார்! ஆம்டையான் பொண்டாட்டி ரெண்டு பேரும் வேலைக்குப் போய்டறா. இப்ப வரைக்கும் தனியாவே இருந்திருக்கான். பேரண்ட்ஸ் ரெண்டு பேரும் பிஸி! அவனோட பேசறதே இல்ல. கேர் டேக்கர் அவனுக்கு சாப்பாடு குடுத்துட்டு சுவிங்கத்த மென்னுண்டு டீவி பார்ப்போ! குழந்த எப்படி பேசும்!"

"நீங்க என்ன அட்வைஸ் பண்ணினீங்க?"

"புள்ளயும் மாட்டுப்பொண்ணும் அமெரிக்காவ விட்டு வரமாட்டாளாம்! அதனால இவாள அங்க போய் இருங்கோன்னுருக்கேன். ஆறுமாசம் குழந்தையோட நெறையப் பேசுங்கோ. கதை சொல்லுங்கோ. அவனையும் பேச என்கரேஜ் பண்ணுங்கோ. அவன் நெறையப் பேச டிரை பண்ணணும்!"

"அப்படிப்பண்ணினா எஃபக்ட் இருக்குமா?"

"ஏன் இருக்காது! நம்ம ஜாயிண்ட் ஃபாமிலில அப்படித்தானே! தாத்தா பாட்டி சித்தப்பா சித்தி அத்தை அத்திம்பேர்னு வீடு பூரா இருப்பா. எல்லோரும் குழந்தைய கொஞ்சறேன் வெளையாட்டுக் காட்டறேன்னு பேச்சு குடுத்துண்டே இருப்பா. பத்தாம் மாசத்துலயே பேச ஆரமிச்சுடும்!"

"நான் கூட பத்தாம் மாசத்துலயே பேச ஆரமிச்சுட்டேனு அம்மா சொல்லுவா! இத்தனைக்கும் எங்க வீட்ல நா, அப்பா, அம்மா தவிர யாரும் கிடையாது!"

"அதான் உங்க பேச்சு இன்னிவரைக்கு ஜிவ்வுனு ஓடிண்டு இருக்கே!"

கோட்டா பண்ணிவிட்டு நரசிம்மன் தொடர்ந்தார்.

"தினோம் குழந்தையோட பேசணும்! அவனோட கவனத்தை நம்ம பக்கம் திருப்பிப் பேசணும். இதப்பாரு! நான் இந்த காரை ஓட்டப்போறேன்! இந்த புக்கை திறக்கப்போறேன், அப்படீன்னு! அவனோட லெவலுக்கு ஒரு படி மேல நாம போகணும். அவன் ரெண்டு வார்த்தைதான் பேசினா, நாம மூணு நாலு வார்த்தை பேசணும்! ஆனா அவன குழப்பறா மாதிரி சிக்கலான சென்டென்ஸெல்லாம் கூடாது!"

"கிட்டத்தட்ட தெராபி மாதிரி, இல்லியா?"

"ஆமா சார்! தெராப்பியே தான்! குரல கொஞ்சமா உசத்திப் பேசணும்! தினமும் பாட்டுப் பாடி கேட்க வெக்கணும், கதையெல்லாம் படிக்கணும்! ஆறு மாசத்துல அவன் நெறைய கேட்கணும். நெறைய கவனம் செலுத்தணும் பேச்சு, பாட்டுல! தன்னால பேசுவான் சார்! ஒண்ணு தெரியுமா? ஆல்பர்ட் ஐன்ஸ்டீனே லேட்டாத்தான் பேச ஆரமிச்சார்! நான் சொல்லலை. ஸ்டீஃபன் பிங்கர்ன்னு ஒரு ந்யூரோ ஸயண்டிஸ்ட் சொன்னது!"

சந்நதம் வந்தது போல பேசின டாக்டர் நரசிம்மன் கடைசியாக ஒரு வாக்கியம் சொல்லி முடித்தார்.

என்ன வாக்கியம்?

சொல்கிறேன்.

அதற்குப் பிறகு நான் இந்தச் சம்பவத்தை மறந்தே போனேன்.

ஏழெட்டு மாசம் கழித்து ஒரு நாள் புஷ்பா ஷாப்பியில் மாதாந்திர சாமான் வாங்கும்போது ராகவனைப் பார்த்தேன். கடைசியாக பத்மனாபா சுவாமி கோவிலில் பார்த்த அவர் முகம் எனக்கு மறக்கவில்லை.

"ஹலோ!"

"நீங்க யாருன்னு...?"

"உங்க பேரன் இப்ப எப்படி இருக்கான்?"

சட்டென்று முகம் மலர்ந்தார்.

"பிரமாதமா பேசறான் சார்! ஒரு வார்த்தை தவறுவதில்ல! ஸ்பஷ்டமா தமிழ் இங்லீஷ்னு வெளுக்கறான்!"

"ஓ ஐயம் கிளாட் டு நோ சார்!"

"டாக்டர் நரசிம்மனுக்கு எங்க ஃபாமிலியே கடமைப்பட்டிருக்கு சார்! நான் ரொம்ப அலமந்து போய்ட்டேன். எம்புள்ள குழந்தைய ஸ்பெஷல் ஸ்கூலுல சேக்கப்போறேன்னபோது! அதுவே கொழந்தைக்கு ஒரு காம்ப்ளெக்ஸை உண்டாக்கிடுமோன்னு ஒரே பயம் எனக்கு! நரசிம்மந்தான் அடிச்சு சொன்னார். கொழந்தைக்கு எந்த பிராப்ளமும் இல்லைன்னு! எம் பையன் அமெரிக்காவுலேர்ந்து போன் பண்ணி டாக்டர்கிட்ட மன்னிப்பு கேட்டான்!"

“டாக்டர் என்ன சொன்னார்?”

“நல்ல இங்லிஷ் வெசவா வைதார் சார்!”

“என்னது திட்டினாரா?”

“ஆமாம் சார்! ஆட்டிஸம்! மை ப்ளடி ஹக்குனுட்டார் சார்!”

அட! அன்று காந்தி நகர் முதல் மெயின் ரோடில் என்னிடம் சொன்ன அதே வாக்கியம்!

25 பைசா ஸ்டாம்ப்பும்...

"பூகுத்தாத்தா! அப்பா வாஸ் டெல்லின் மீ! இன் தோஸ் டேஸ் ஏதோ ஸ்டாம்ப் ஆல்பம் வெச்சிருந்தியாமே? கேன் யே டெல் மி அபௌட் தட்?"

மோகனமான என் பேரனின் கேள்விக்கு பதில் சொல்ல ஒரு நாள் வாய்தா வாங்கிக்கொண்டு அலமாரிகளைக் குடைந்தேன்.

"இப்பத்தான் ஈரம் விட்ருக்கு! அங்க போய் உக்காந்தா தும்மல் வரும்னு தெரியும்!"

சைட்வைண்டர் மிஸைல் வந்தது.

"கொழந்த கேட்ருக்கானே, உனக்குத் தெரியாதா?"

"கொழந்த உங்கள மாதிரி இல்ல. சொன்னா புரிஞ்சுப்பான்!"

இந்த முறை பேவ் வே 2 என்னும் கய்டட் மிஸைல் பாய்ந்தது.

பொருட்படுத்தாமல் அலமாரிக்குள் தேடினதில், இருவத்தேழு தும்மல்களுக்கு இடையில் ஆம்ட்டது என் ஸ்பீஷிஸ் ஸ்டாம்ப் ஆல்பமும் இன்னொரு சமாச்சாரமும். அந்த இன்னொரு வஸ்து!

அக்காலத்தில் இதை நாங்கள் "செண்டிஸ்" கூப்பன், ஆம் "செண்டிஸ்" என்றுதான், உச்சரிப்போம்! அதை 25 பைசா ஸ்டாம்ப் வைத்து கல்கத்தாவுக்கு அனுப்பினால் ஆல்பம் அனுப்புவார்கள். எனக்கு ஏதோ கிரகச்சேர்க்கையில் கிடைத்த செண்டிஸ் கூப்பனை

கல்கத்தாவுக்கு அனுப்ப வேண்டி அம்மாவிடம் மல்லுக்கு நின்று போன மூன்றாம் மாத மந்த்லி டெஸ்டில் ஏன் கணக்கில் 98தான் வந்தது போன்ற உலகளாவிய சோதனைகளுக்கெல்லாம் தக்க பதில் சொல்லி அடுத்து வரவிருக்கும் நூறு வருடங்களுக்கும் மாத்ஸில் நூத்துக்கு நூறு வாங்கிடுவேன் என்றெல்லாம் சத்தியம் பண்ணினால் குளிர்ந்து போய் 25 பைசா தந்தாள். அதைத் தூக்கிக்கொண்டு போஸ்ட் ஆஃபீஸ் போய், அங்கே கட்டைப்பேனாவால் க்றீச் க்றீச்சென்று அந்தப் பெரிய சாக்கு போட்டு பைண்ட் பண்ணின நோட்டுப்புஸ்தகத்தில் எழுதிக்கொண்டிருக்கும் ஆசாமி "காச வேஸ்ட் பண்ணுங்கோடா" என்று வெய்துகொண்டே கவர் தர, அதைபோஸ்ட் பண்ணிவிட்டு ஆல்பத்துக்காகக் காத்திருந்து, பெற்றேன். அந்தக் காத்திருத்தலின் அவஸ்தை இருக்கிறதே, அதற்கு ஒரே ஒரு உதாரணம்தான் உண்டு. சொன்னால் எனக்கு இன்று இரவு வெறும் மோருஞ்சாதமும் மாகாளி ஊறுகாயும் தான் வாய்க்கும் என்பதால் மௌனமாக கடந்துவிடுகிறேன்!

ஆமாம் அது என்ன "செண்டிஸ்" கூப்பனா?

சொல்கிறேன்.

எங்கள் ஸ்கூலுக்கு நேர் எதிரே இல்லாமல், அந்த பானு, உசரமாக ஒரு சைட் பின்னலை முன்னுக்குப்போட்டுக்கொண்டு கருகமணி மாலை கழுத்தோட வருமே அந்த பானுதான், வீட்டுக்கு ஒரு கட்டடம் தள்ளி இருக்கும் பார்வதி ஸ்டோர்ஸ் என்னும் டும்மி கடை. ஓனர் குடுமி வைத்துக்கொண்டு கல்லாவில் எப்போதும் வாயில் எதையாவது அரைத்துக்கொண்டு இருப்பார். அங்கு கிடைக்காததே இல்லை. நோட்புக் பென்சிலில் இருந்து மளிகை சாமான்கள், சோப் எண்ணெய், ஏன், ஓரமாக சாக்கு மூட்டையில் உருளை வெங்காயம் கூட பார்த்து இருக்கிறேன்.

ஸ்கூல் பெல் அடித்த ரெண்டாம் நிமிஷம் இங்கே டும்மி கடையில் கூட்டம் சேர்ந்துவிடும்.

"கார்பன் பென்சில் ஒண்ணு"

"40 பேஜ் அன்ரூல்ட் நோட்புக்!"

"ப்ரில் இங்க் ஒண்ணு! ராயல் ப்ளூ!"

"நாடாரே! ஒரு கடல பர்பி!"

"ஏண்டா! கல்லாப்பெட்டில உக்காந்தா நாடாரா? நா தென்கலை வைஷ்ணவண்டா!"

நீங்கள் 1950களில் விகடன் ராஜுவின் கார்ட்டூன் பார்த்தவரா? இல்லையென்றால் தேடிப்பாருங்கள். அதில் அடிக்கடி வரும் ஒரு குடுமி ஆசாமி போலவே இருப்பார் ஓனர். தலை ஒருவித oblong கோம்பைத்தனமாகப் பின் மண்டையில் கொத்தமல்லிக்கட்டு போல குடுமியுடன் முடியும்.

நெத்தியில் தழும்பு போல நாமம் இட்டு அதைப் புருவத்துக்கிடையில் ஒரு சின்ன வளைவு கொடுத்து நிறுத்தியிருப்பார். எப்போதும் வெள்ளை முள்ளுத்தாடியுடன் இருக்கும் அவர் அமாவாசைக்கு முன் சில தினங்களில் ஒட்ட ஒட்ட க்ஷவரம் செய்துகொண்டு பச்சைத்தலையுடன் வருவார். குடுமி கூட தன் அந்தஸ்தை லேசாக இழந்தது போல இருக்கும். அன்று மட்டும் அதிகம் சிரிக்க மாட்டார் என்பது ஈயத்தின் திரிபு.

அவருக்கு பெயர் என்பதே கிடையாது போல எல்லோராலும் டும்மி என்றே விளிக்கப்பட்டார். ஒரு முறை வத்சலா டீச்சர் கூட ராஜேந்திரன் கணக்கு நோட்டு இல்லை என்றபோது, தன் பர்சிலிருந்து காசு கொடுத்து, "போடா! இப்பவே டும்மி கடையிலிருந்து வாங்கிண்டு வா" என்று விரட்டினதாகச் செவி வழிச்செய்தி உண்டு.

அவரின் சேல்ஸ் டெக்னிக்குகள் பற்றி பல வ்யாசங்களில் சிலாகித்தாகிவிட்டது.

அப்போதெல்லாம் A 1 என்று ஒரு பபிள்கம் வரும். அதைச்சுற்றிய கவரின் பிரிண்ட் பண்ணின லேபிளில் அனிமல், கொடி, கிரிக்கெட்டர்கள் போட்டோ என்று நம்பர் வைத்து சேகரிக்க வேண்டும். அந்த லேபிள்களை வெறி பிடித்தாற் போல் வாங்கி சேகரிப்போம். அந்த பபிள் கம்மின் வெளிக்கவருக்குள் எப்பவாவது Send this coupon என்று random ஆக ஒரு லேபிள், லக் இருந்தால் வந்துவிடும். இதுதான் அன்றைய எங்களின் ஆங்கில அறிவின் வீச்சுக்குள் படிந்த, நான் முதலில் சொன்ன செண்டிஸ் கூப்பன் என்பது!

டும்மி கடைக்கு லாபமே அந்த பபிள்கமில் தான் என்று சத்தியம் செய்தவர்கள் உண்டு என்பது ஒருபுறமிருக்க வாங்கின பபிள்கம்மில் இந்தக் கூப்பன் கிடைப்பது தமிழ் நாட்டில் பிராமணர்களுக்கு இட ஒதுக்கீடு போல, சூர்யா உண்மைச் சம்பவத்தை அப்படியே படம் எடுப்பது போல, கமலஹாசன் எல்லோருக்கும் புரிவது போலப் பேசுவதுபோல, சரி உங்களுக்கு ஸ்கிரீன் ப்ளே புரிந்திருக்கும், அத்தனை துர்லபம்.

இன்று என் கண்ணில் பட்ட அந்த செண்டிஸ் கூப்பனை உடனே போஸ்ட் ஆஃபீசுக்குப்போய் கல்கத்தாவுக்கு அனுப்ப வேண்டும் என்ற பன்னிரெண்டு வயது ஆசை துளிர் விட்டாலும், 25 பைசா என்ன, அதை மாதிரி பன்மடங்கு செலவழிக்கத் தயார் என்றாலும் பரிட்சையில் இனி எப்போதுமே நூத்துக்கு நூறு வாங்கி விட முடியும் என்றாலும் முகத்தில் சிணுங்கலுடன் மல்லுக்கட்ட அம்மாவுக்கு எங்கே போவேன்!

அன்புள்ள பெரிய டீச்சர்:

இப்போதெல்லாம் இந்த பிரயோகம், அதுதான் பெரிய டீச்சர் என்னும் பிரயோகம், வழக்கத்தில் இருக்கா என்பது தெரியவில்லை. ஆனால் எங்களுக்கு நீங்கதான் பெரிய டீச்சர்.

உங்களுக்கு நினைவில் இருக்கிறதோ, அது 1962ஆம் வருஷம். நான் நம்ம ஸ்கூலில் சேர்ந்திருந்த முதல் நாள். பிரேயரின் போது உங்களின் ஆகிருதி வேறு பயமுறுத்தியது. குண்டு, சாரி டீச்சர், குண்டு மூஞ்சி. அதில் தடித்த கறுப்புக் கண்ணாடி. மொடமொடவென கஞ்சி போட்ட புடவை புஸ்ஸென்று உங்களைச்சுற்றி உங்களுக்கு ஒரு முரட்டுத்தனத்தைக் காட்டியதாக எனக்குப்பட்டது.

“சத்தம் போடாம எல்லாரும் க்ளாசுக்குப்போங்க!”

பிரேயர் முடிந்து நீங்கள் சொன்ன வார்த்தைகள் கம்பீரமாக ஒலித்த கிலி வேறு. எனக்கோ ஒருத்தரையும் தெரியாது. புது இடம், புது சூழ்நிலை. தேக்கி வைத்திருந்த பயம் துக்கம் எல்லாமாகச் சேர்ந்து மதிய உணவின் போது டிபன் பாக்ஸைத் திறந்த கணத்திலும் அதில் இருந்த கட்டி கட்டியான தயிர் சாதத்தின் மீதான வெறுப்பிலும் பீறிட்டு அழுகையாக வந்துவிட்டது. ஒரு கவளம் எடுத்து வாயில் போட்டேன். கட்டியாக தயிர் சாதம் தொண்டையை அடைத்தது. அவ்வளவுதான், கண்ணில் மட மடவென்று கண்ணீர். கேவி கேவி அழ ஆரம்பித்தேன்.

சற்றுத்தள்ளி சாப்பிட்டுக்கொண்டிருந்த பையன் என்னைக் கொஞ்சம் ஆச்சரியத்துடன் பார்த்துவிட்டு, டீச்சர், டீச்சர் என்று கத்திக்கொண்டு ஓடினான்.

“அந்தப் புதுப்பையன் அழறான் டீச்சர்” என்று தூரத்தில் குரல் கேட்டது.

கண்ணீர் மறைத்தபோதும் அந்தக் கஞ்சி போட்ட காட்டன் புடவையின் மொரமொரப்பு என் மேல் படர நிமிர்ந்தேன்.

அருகில் நீங்கள்.

“என்ன, ஏன் அழற?”

ஆகிருதிக்கு சம்பந்தமேயில்லாத உங்களின் கனிவான குரல்.

“சாதம் பிடிக்கலை, ஒரே கட்டியா இருக்கு!”

புது பயம், தனிமை, என்பதை மறைத்த குழந்தைத்தனமான பதில்.

“சரி, என்னோட ரூமுக்கு வா.”

உங்க அறைக்குக் கூட்டிக்கொண்டு போய், உங்களோட டிபன் பாக்சிலிருந்து வழுமூன பிசைஞ்ச ரசம் சாதம் தொட்டுக்க வெண்டைக்காய்க் கறி கொடுத்து, “சாப்பிடு” என்று எனக்குக் கொடுத்தீர்கள். வெட்கமில்லாமல் நானும் சாப்பிட்டேன்.

“உன்னோட தயிர் சாதத்தை நா சாப்பிடட்டுமா” என்று கேட்டு சிரித்துக்கொண்டே அந்தக் கட்டி சாதத்தைச் சாப்பிட்டீர்கள்.

“நன்னாத்தானே இருக்கு! அம்மா ஆசையாப் பிசைஞ்சு கொடுத்திருக்கா, நன்னா இருக்காதா?”

“ரெண்டு மணி வரை உங்க ரூமிலேயே உட்கார்ந்துகொண்டிருந்தேன். மணி அடித்தவுடன் சரோஜா டீச்சரைக் கூப்பிட்டு, “ரகுவை உன் க்ளாசில் எடுத்துக்கோ” என்று அனுப்பி வைத்தீர்கள்.

நாலு மணிக்கு என் அம்மா அழைத்துப்போக வந்தவுடன் சொன்னேன்.

அம்மா உடனே உங்க ரூமுக்குப் போய் பேசிவிட்டு வந்தாள். பின்னாலேயே நீங்க வந்து, “குழந்தையை ஒண்ணும் சொல்லாதே. முதல் நாள் அப்படித்தான் இருக்கும்” என்று கஞ்சி வாசனையுடன்

என்னை அணைத்துத் தலையைத் தொட்டு ஆசிர்வதித்து அனுப்பினீர்கள்...

ஒவ்வொரு முறை முதல் ராங்க் வாங்கும்போதும் "Well Done" என்று பச்சை இங்க்ல எழுதின ஒரு கடுதாசி தவறாமல் உங்களிடமிருந்து வரும். SSLC யில் State Rank வாங்கினபோது, உங்களுக்கு அம்மா போனில் செய்தி சொன்னதும் "அல்லி! நாளைக்குக் குழந்தையை வீட்டுக்கு அழைச்சுண்டு வா" என்று கூப்பிட்டு அனுப்பினீர்கள். அடுத்த நாள் எனக்காக நானும் அம்மாவும் உங்க வீட்டுக்கு வந்தபோது கேசரி பண்ணியிருந்தீர்கள்.

"கட்டியா இல்லாம பண்ணியிருக்கேண்டா", "பிடிச்சிருக்கா?" என்று கிண்டல் அடித்தது எனக்கு இன்னும் இனிப்பாக நினைவில் இருக்கிறது.

1983இல் என் கல்யாணத்துக்கு அழைத்தபோது ஸ்கூலிலிருந்து ரிடையர்ட் ஆகியிருந்தாலும் வந்திருந்தீர்கள். லதாவைப்பார்த்துவிட்டு 'இவனை ஜாக்ரதையாப் பாத்துக்கலைன்னா உன்ன தொலைச்சுடுவேன்' என்று மிரட்டிவிட்டு சாப்பிடப்போனதும் பசுமையாக லதாவுக்கு நினைவில் இருக்கிறது!

இத்தனை வருடங்களாக உங்களை அவ்வப்போது நினைத்துக்கொள்வேன். நீங்கள் கையெழுத்திட்டுக்கொடுத்த சிறுகதைப்போட்டி இரண்டாம் பரிசுப்புத்தகம் பொக்கிஷமாக உங்கள் நினைவுகளைப்போலவே இன்னும் என்னிடம் இருக்கிறது.

உங்களையும் நினைத்துக்கொள்ள எனக்குத் தனி உந்துதல் எல்லாம் தேவையே இல்லை. என் அம்மாவாக இருந்த உங்களின் ஸ்நேகிதியின் போட்டோவை தினமும் பார்க்கும் போதெல்லாம் உங்கள் நினைவு வந்துவிடும்.

அடுத்த ஜென்மத்திலும் பெரிய டீச்சராகவே வாருங்கள். நானும் நெய் மிதக்கும் கேசரி போன்ற உங்களின் தூய வாத்ஸல்யத்துக்காய் காத்திருக்கிறேன்.

அன்புடன்

ஜெயராமன் ரகுநாதன்

தயா, மனோகர் மற்றும் சாந்தி

"யேய்! அது மனோகர்தானே?"

"ஆமாண்டா! அவன மாதிரிதான் இருக்கு!"

சிவராஜ் ஆனந்த் குழுவின் லைட் ம்யூசிக்கில் ஸ்டேஜில் நண்பனைப் பார்த்த திரில். நண்பன் என்றால் நெருங்கின எல்லாம் இல்லை. க்ளாஸ்மேட் தயாவின் அண்ணன் என்று தயா சொல்லுவான். அதிலும் சின்ன வில்லங்கம் உண்டு! இது ஏதோ பர்வானூவில் லாரி ஓட்டும் சர்தார்ஜியின் முண்டாசுபோல சிக்கலாகிக்கொண்டு வருகிறது. இருங்கள், அவிழ்க்கிறேன்.

காந்தி நகர் ஸ்கூலில் படித்தபோது எட்டாவது பாஸ் பண்ணி, ஒன்பது வந்தபோது அந்த வருஷம் ஃபெயில் ஆகி எங்களுக்காகக் காத்திருந்தவன் தான் தயா. குள்ளமாக களையாக இருப்பான். எப்போதும் சிரித்த முகம். கலர் என்றால் அப்படிப்பட்ட பொன்னிறமாக ஜொலிப்பான். அவன் அம்மாவையும், தங்கை சாந்தியையும் பார்த்தபின்தான் எங்களுக்கு அந்த ஆச்சரியம் விலகியது.

இப்போது நல்லி சில்க் இருக்கிறதே அந்த இடத்தில் கார்னர் ப்ளாட்டில் காலியான இடத்தில் மேற்குப்பக்கமாக குடிசை, ஆம், குடிசைதான் போட்டிருக்கும். அங்கிருந்துதான் தயா வருவான். இந்த சாந்தி இருக்கிறதே, அது பற்றி எழுத தனி வ்யாசம் தேவைப்படுவதால் பின்னொரு சமயம் பார்ப்போம்.

தயா வீட்டு வாசலில் எப்போதும் ஒரு டாக்ஸி இருக்கும். அந்தக் கால ஸ்டுடிபேக்கர் வகை வண்டி. அது ஓடி நான் பார்த்ததே இல்லை. அதன் டிரைவர்தான் தயா சாந்தியின் அப்பா என்பார்கள். அவர் கறுப்பாய், குண்டாய், ஒருவித மங்கோலிய முகத்துடன், கோணாமாணாவென கத்தரிக்கப்பட்ட மீசையுடன் கரடு முரடாக இருப்பார். அபார லட்சணத்துடனும் ஒருவித காகேஷியன் கலருடன் ஜொலிக்கும் தயாவின் அம்மாவுக்கு சற்றும் பொருத்தமில்லாத ஆசாமி. முதலில் சொன்ன மனோகருக்கும் இந்த தயாவுக்குமான உறவு கட்சி கொள்கை மாதிரி லேசுபாசாகத்தான் புரிந்தது.

ஸ்கூலில் ஒரு கபடி ஆட்டத்தின் போது மனோகர் பிரமாதமாக ஓடி ரெண்டு பேரை அவுட் பண்ணிவிட, பார்வையாளர்கள் இடத்திலிருந்து தயா "போடு சக்கை! வுடாதீங்கண்ணா" என்று கத்தினபோது, ஆட்டத்தின் நடுவிலேயே மனோகர், ராஜாவிடம் வந்து, "இன்னொருதரம் என்னைய அண்ணா கிண்ணான்னே கொன்னுடுவேன்! போடாங்க......" என்றொரு பதத்தைப் பிரயோகித்ததை எல்லோரும் கேட்டோம்.

எப்போதும் போல ஈயம்தான் விஜாரித்தான்.

"டேய்! மனோகர் யாருன்னு தெரியும்ல! ....மியோட புள்ள!"

"யாரு? அந்தப் பெரிய ஆக்டரா?"

"ஆமாண்டா! அவுரு வீடு இங்க காந்தி நகர்லதானே!"

"தயாவுமா?

இல்ல, இல்ல. அது வேறடா?"

"என்னடா? சொல்லேன்?"

"டேய்! வைத்தி! நீ சின்னப்புள்ள! இங்கிருந்து போடா! இதெல்லாம் உனக்குப் புரியாது. தயாவோட அம்மா அந்த ஆக்டருக்கு.......! வெளியே தெரியாம தனியா வெச்சிருக்காரு. மனோகர் முத சம்சாரத்தோட பையன்!"

"அதான் மனோகருக்கு தயாவைக்கண்டா ஆவறதில்லையா?"

அந்த மனோகர் தான் சிவராஜ் ஆனந்த் குழுவில் டிரம்ஸ்

வாசிப்பதைப் பார்த்தோம். அதற்குப்பிறகு எப்போது சந்தர்ப்பம் கிடைத்தாலும் சிவராஜ் ஆனந்த் நிகழ்ச்சிக்குப்போய்விடுவோம். ஸ்டேஜில் போய் மனோகரைப்பார்த்து ரெண்டொரு வார்த்தை பேசிவிட்டு என்னமோ சாதித்துவிட்டதைப்போல தளுக்காய் நடந்து வந்து சீட்டில் உட்கார்ந்துகொள்வோம். மனோகர் ஸ்கூல் முடித்து ந்யூ காலேஜில் சேர்ந்தான் என்பதுவரை தெரியும்.

ஸ்கூல் முடிந்த பிறகு தயா வீட்டைக் காலி பண்ணிவிட அப்புறம் எங்கள் கண்ணில் படவே இல்லை. குடிசை பிடுங்கி எறியப்பட்டு, சின்னதாக ஒரு வீடு வந்து, சில வருஷங்களில் அதுவும் இடித்து இதோ நல்லி வந்துவிட்டது.

யோசித்துப்பார்த்ததில் தயா சாந்தி மேல் பரிதாபம்தான் வந்தது. அம்மாவின் நிலைமைக்கு என்னென்னவோ கேலிகள் பேசப்பட்டு, சீண்டப்பட்டு, தெரிந்தும் அப்பாவைப்போய் பார்க்க முடியாத நிலமையில், யாரோ ஒரு எடுபிடி டிரைவரின் கண்காணிப்பில் அவ்வப்போது அந்த நடிகரின் ஆசாபாசங்களுக்கு உட்பட்டு, வாழ்க்கை நடத்தி..........!

நான் காலேஜில் படிக்கும்போதே நடிகர் இறந்துவிட்டார். தயா குடும்பத்தின் கதி என்ன என்று தெரியவில்லை.

சி ஏ படிக்கும்போது வெகு நாட்களுக்குப்பிறகு மீண்டும் எஸ் ஐ ஈ டி காலேஜ் ஆடிட்டோரியத்தில் சிவராஜ் ஆனந்த் இசை நிகழ்ச்சி வர, நிகழ்ச்சிக்குப் போனோம்.

ஸ்டேஜில் மனோகர் இல்லாமல் வேறொரு ஆசாமி டிரம்ஸில் உட்கார்ந்திருந்தார். முக சாயல் தெரிந்தாற்போல இருந்தது. இண்டர்வெல்லின் போது கூட்டத்தைத்தாண்டி ஸ்டேஜுக்குப் போனோம். அங்கிருந்த அந்த லீட் ஆசாமியை விளித்தோம்.

“இன்னிக்கு மனோகர் வரலியா?”

“எந்த மனோகர்?”

“முன்னெல்லாம் உங்க ட்ரூப்புல டிரம்ஸ் வாசிப்பானே!”

“ஓ! அவனா? போன வருஷம் தேனாம்பேட்டை சிக்னலாண்ட மோட்டார் சைக்கிள் ஆக்சிடெண்ட்டில செத்துட்டானே! அவன் தம்பி தயாதானே இப்ப டிரம்ஸ்! அதோ பாருங்க!”

"தயாவா?"

"தயா தெரியாதா? நம்ம ஜரிகைக்கனவுகள் ஹீரோயின் சாந்திஸ்ரீயோட தம்பிங்க! இப்ப கெளம்புங்க! டைம் ஆச்சு, ஸ்டார்ட் பண்ணணும்!"

சொல்லியவாறே மேடையைப்பார்த்து சப்தமிட்டார்.

"டேய்! குமார்! அந்த சாக்ஸை சரியா ட்யூன் பண்ணி வையேண்டா! காங்கோ தர்மாவ உடனே வரச்சொல்லு! இன்னும் ரெண்டு நிமிஷத்துல ப்ரொக்ராம் போணுமில்ல?"

வயிற்றில் வலி

முகத்தில் முதுகில் எல்லாம் "வெற்றி" என்று தங்க ரேக்கில் எழுதி வைத்திருக்கும் அத்யந்த நண்பரின் மகன் கல்யாணத்திற்காக ஹோட்டல் லே மெரிடியனுக்குப் போகும் சந்தர்ப்பம் வாய்த்தது. காலுக்கடியில் "மெத்து"டன் படி இறங்கி வந்தால் ஒரு பெரிய ஃபுட்பால் மைதானம். அதுதான் டைனிங் ஹாலாம். அடுத்த கிரிக்கெட் மைதானம் டெஸர்ட்ஸுக்கு மட்டுமாம்.

நாலா பக்கமும் நம்மைச்சுற்றி அனுமாருக்குப் பின்னால் எரிந்தாற்போல அடியில் நெருப்புடன் டிரேக்களில் வித விதமான சாப்பாட்டு வகைகள்.

டெஸர்ட்ஸ் பக்கம் நுழைந்தால் அங்கே வேறு ஒரு ரகளை.

மழை பெய்து ஒரு நாள் வெயிலுக்கு அப்புறம் களி மண் குழைந்து ஒரு கலர் வருமே அது போன்ற கலரில் பாய் மரம் அமைத்த சாக்லெட் கேக். முதல் கடியிலேயே சொர்க்கம் வலது கண்ணில் தெரிந்தது. அடுத்த கடிக்கு ஆள் அம்பேல்! மனசே இல்லாமல் நகர்ந்து அடுத்த உப சொர்க்கங்களுக்குத் தாவினேன்.

காரட் அல்வா என்று ஒரு சமாச்சாரம் சொல்கிறேன் கேளுங்கள். காரட் என்றால் காரட் மட்டும் இல்லை. அது கொஞ்சமாகவும் பாதாம், பிஸ்தா முந்திரி என்னும் ரம்பை, மேனகா ஊர்வசிக்களுடன் சேர்த்துக் குழைத்து வைத்திருந்த இனிப்புக் கலவை. வைத்திருந்த தட்டின் மேல் பாகத்தில்

ராயசமாக *diffuse*ஆகி சிதறியிருக்கும் முந்திரிப்பருப்புகளைச்சுற்றி ஒரு ஆற்றுப்பாதை அமைத்து, அந்த ஹோலேகன் விளக்கு வெளிச்சத்தில் ஒளிர்கிறது சார்!

டெஸர்ட்ஸையாவது மன்னிக்கலாம்; மெதுவடை என்று ஒன்று வைத்திருந்தார்கள் சார் - தங்கத்தையும் துத்தநாகத்தையும் கலந்தடிச்சாப்ல ஒரு கலர் சார். மேலே சின்னச்சின்ன கரும்புள்ளியாய்த் தெரிந்த எண்ணெய்த்துகள்கள். அடையாறு பேக்கரி பக்கத்துல இருக்கும் கடையில் போடும் வடையை வால்மீகி ராமாயண ரேஞ்சுக்கு சொல்லி அயனாவரத்திலேர்ந்தெல்லாம் பிளஷரைப் போட்டுக்கொண்டு வந்து சாப்பிட்டுவிட்டுப் போவார்களே, அந்தக் கடை வடையெல்லாம் துக்குனியூண்டு சைஸில் இருக்கும். ஆனால் இதுவோ அந்தக் காலத்துல ரெமின்னு ஒரு பவுடர், அதோட வட்ட வடிவ டப்பாவுக்குள் முகத்தில் அப்பிக்கொள்வதற்கு பஃப் என்று ஒரு சமாச்சாரம் வருமே, அந்த சைஸுக்கு வடை போட்டிருக்கிறார்கள்!

எனக்கு பக்கத்து ஆசாமி ஒன்றை எடுத்துக் கடிக்கிறார், என் காதுகளில் ரம்மியமான ‘சொய்’யுடன் நாசியில் நெய் மணக்கிறது. போன வரியில் என்ன சொன்னேன் என்று மறுபடி படியுங்கள், பக்கத்து ஆசாமியின் கடிக்கே அந்த மெதுவடை இத்தனை ராயசம் காட்டுகிறது என்றால் பார்த்துக்குங்க!

போறாத்துக்கு கடுகு முழிக்கும் மஞ்சமசக்க பச்சைப்பசேலென தேங்காய் மற்றும் புதினா சட்னி! கூடவே வெங்காய சாம்பாராம்! என்ன ஒரு சுகந்தம்!

கண்டுக்காதீங்க, நான்கைந்து வடைகளை உள்ளே தள்ளிவிட்டேன். முதல் கடியில் நாக்கில் படர்ந்து தொண்டைக்குள் இறங்கும்போது எங்கோ மூளையின் கடை ஓர செல்லில் பரவசம் என்னும் ஜூஸ் ஊறுகிறது சார்!

கண்டுக்காதீங்க, நான்கைந்து உள்ளே தள்ளிவிட்டேன்.

அடுத்த நாள் காலையிலேயே வயிறு ஏதோ ஞம ஞம வென்றது. பசியே இல்லை. வயிற்றுக்குள் ஏதேதோ சப்தம். லேசாக ஆரம்பித்த வலி கொஞ்சம் பிறாண்டியது. இது சரிப்படாது என்றூ டாக்டர் நரசிம்மனைப் பார்க்கப்போனேன்.

கொஞ்சமாக உள்ளே போய் அந்த சிம்மாசன ஸ்டைலில் தோட்ட சிமெண்ட் பெஞ்சில் உட்கார்ந்தேன். உள்ளே வெராண்டாவில் இன்னொரு பேஷண்ட்டுடன் ஏதோ சப்தமாகப் பேசிக்கொண்டிருந்தார்.

“வயத்த வலி வயத்த வலீன்னியேன்னு பார்த்தேன்! ஏன் வராது! சாப்பாட்டுல கண்ட்ரோல் வேணும்யா!”

“இல்லை டாக்டர்! கல்யாணத்துல மறுக்க முடியல.....!”

“என்ன மறுக்க முடியல! இப்ப நீதானே அவஸ்தைப்படறே! எம் பிராணனயும் வாங்கற! இதப்பாரு உனக்கு ஆஃபீசுல ஆயிரம் வேல இருக்கலாம் அதுக்காக என்னால ஸ்டிராய்டெல்லாம் தர முடியாது.”

“டாக்டர் ப்ளீஸ்! இன்னிக்கு ஒரு முக்கியமான செமினார். நா போயே ஆகணும்!”

“அது உம் பிராப்ளம்! வலின்னா சைக்ளோபாம் போட்டுக்கோ. இன்னிக்கு பாரு. ராத்திரியும் வலின்னா எனக்கு போன் பண்ணு! இப்ப கௌம்பு! சார்! வாங்க நீங்க!”

அந்த ஆசாமி போனவுடனே என்னிடம் பேசினார்.

“கொழுப்பு சார்! கல்யாணத்துக்குப் போனானாம்! குடுத்தாங்களாம் மறுக்க முடியலியாம்!”

“என்னது டாக்டர்?”

“மூணு வடைய முழுங்கியிருக்கான் சார்! மை காட்! மூணு வட உள்ள தள்ளினா என்னதான் ஆகாது?”

எனக்கு சப்த நாடியும் ஒடுங்கிவிட்டது.

நான் நாலைந்து!

“ம் சொல்லுங்கோ! என்ன பிராப்ளம்?”

“ஒண்ணுமில்ல டாக்டர்! ஃபீஸ் குடுத்துட்டு போலாம்னு வந்தேன்!”

ஓடி வந்துவிட்டேன்.

சைக்ளோபாம் சாப்பிட்டுக்கலாம்! அப்படியும் வலி நிக்கலைன்னா ராத்திரி போன் பண்ணிக்கலாம்!

அம்மாவின் சிரிப்பு

போர்ட்டிகோவில் ஆரம்பித்து உள் வரை மெத்துமெத்துவென கார்ப்பெட். கால் வைத்தால் மெத்தைபோல அமுங்கிய சுகம். என் கார் சாவியை வாங்கிக்கொண்ட வாலேவின் கோட் என்னுடைய கோட்டில் பட்டன் ஹோலில் கண்ணுக்குத்தெரியாத சின்ன ஓட்டையை நினைவுபடுத்தியது. அவன் ஷூ...

வேண்டாம், நான் சொல்ல வரும் கதை வசனம் உங்களுக்குப் புரிந்திருக்கும்.

யாரோ ஒரு வழுக்கைத்தலை வித்துவான் 'சரோ'டோ என்னமோ வாத்தியத்தில் சங்கீதத்தைக்குழைத்து ரிசப்ஷன் முழுக்க அவிழ்த்து விட்டுக்கொண்டிருந்தார். அரண்மனை போல ஆங்காங்கே இருக்கும் நாற்காலிகளில் வர்ஜ்யாவர்ஜ்யமில்லாமல் சின்னச்சின்ன மனித முடிச்சுக்கள். ஒன்றிரண்டு அரபு முகங்களும் கூட!

நீலக்கலரில் யூனிஃபார்ம் போல பட்டுப்புடவை கட்டின ரிசப்ஷன் கன்னிகள் கையில் தட்டு நிறைய சந்தனத்துடனும் கல்கண்டுடனும் ஏதோ கல்யாணம் போல வரவேற்று அவர்களே நம் நெற்றியில் சந்தனத்தை இட்டுவிடுகின்றனர். எனக்கு இட்டுவிட்ட பெண்ணின் கையில் குங்குமப்பூ வாசனை!

ஃபைவ் ஸ்டார் ஹோட்டல் சிப்பந்திகளுக்கு ப்ரேக்ஃபாஸ்டில் பாதாம் அல்வாவெல்லாம் தருகிறார்களா என்ன!

நேராக நடந்து இரண்டு பக்கமும் கண்ணாடி போட்டு நம் அலங்காரத்தை நாமே ரசிக்கும்படி கண்ணாடி பொருத்தின காரிடாரைக்கடந்து, இடது பக்கம் நீச்சல் குளம் வில்லிலிருந்து விடுபட்ட அம்பாய்க்குதித்த வெள்ளைக்காரப் பெண்ணை க்ஷணம் தரிசிக்க முடிந்தது கடந்து திவான் ஐ காஸை நினைவுபடுத்தும் கதவைத்திறந்துவிட்ட ஆசாமிக்கு ஒரு அரைப் புன்னகையைப் பரிசளித்து உள்ளே போனால்...”

“செய”லான ஆசாமிகளும் அவர்தம் மனைவியரும் நாதஸ்வர சப்தத்துக்கிடையில் கிசுகிசு குரலில் பேசியபடி சாப்பிட்டுக்கொண்டிருக்கும் ரெஸ்டாரண்ட். அந்த மாதிரி ரெஸ்டாரண்ட்டுகளுக்கே உரித்தான அரை விளக்கு வெளிச்சம். எங்கோ சொய் சப்தம், மஞ்சள் பொடிகலந்த முட்டைக்கோஸ் வாசம், காஃபி டிகாக்‌ஷன் சுகந்தம்.

“வாடா! காலேஜுக்கு வர்ரா மாதிரியே லேட்டா வரான்!”

நாங்கள் காலேஜ் நண்பர்கள் ஐந்து பேரும் சந்திக்கின்ற நாள். எனக்கு முன்பே வந்து விட்ட மற்றவர்கள் ஆளுக்கொரு கிளாசில், இல்லை இல்லை, இது பிரேக்ஃபாஸ்ட் மீட்டிங்தான், ஏதோ கலர்கலராக ஜூஸை வைத்துக்கொண்டிருக்க விசிறித்தொப்பி வைத்த பேரர் என்னை அணுகினார்.

“சர்! வுட் யூ லைக் ஜிஞ்சர் செலெரி ஸ்மூதி?”

குசலம் விஜாரிப்பில் கவனமாக இருந்த நான் தலையை ஆட்டிவிட, எனக்கு வந்த அந்த வெட்டுக்கிளி பச்சை நிற திரவ சமாச்சாரம் வாயில் பட்டவுடன் ஒரு மாதிரி நாக்கில் சொரசொரப்பாக இறங்கி, தொண்டைக்குள் எலுமிச்சங்கசப்பாய்ப் புளித்து... தச்சர் மாம்பலகையை இழைக்கும் வாசனை வந்தது.

ஏதோ பேசிக்கொண்டிருக்க ,மீண்டு அந்த விசிறித்தலைப்பா.

சின்னத்தட்டில் சுற்றிலும் கொத்தமல்லி அலங்காரத்துடன் வெள்ளையாய் ஒருவித சிலிண்ட்ரிக்கல் வடிவத்தில் மேலே ஒன்றிரண்டு கடுகுத்துண்டுகளும் ஒற்றை மிளகாயும் ராயசமாக முழிக்க...

“இது என்னது?”

கேட்டபோது விசிறித்தலைப்பா சொன்னான்.

“.......................!”

அப்போதெல்லாம் ஸ்கூல் விட்டவுடன் பசங்களுடன் பேசின வண்ணம் அலுமினிய டப்பாவை ஆட்டியபடியே காந்திநகர் தெருவில் ஏக சப்தம் போட்டுக்கொண்டு வீட்டுக்கு வருவேன். ரோஹன் கன்ஹாய் பிடித்த காட்ச், பட்டௌடியின் ஸ்ட்ரோக், நட்கர்ணியின் போலிங் ஆக்ஷன் எல்லாம் தெருவிலேயே எங்களால் நடித்துக்காண்பிக்கப்படும் செய்கைகளும் உண்டு.

டிராஃபிக் என்பதெல்லாம் என்னவென்றே தெரியாத சர்தார் பட்டேல் ரோடு இல்லை அப்போது அதற்குப்பெயர், கிண்டி ரோடு. அபூர்வமாக வரும் பஸ்ஸுக்கும் எப்போதாவது கடக்கும் அம்பாசடருக்கு மட்டும்தான் மரியாதை தந்து நிற்போம். ஸ்கூட்டரெல்லாம் வந்தால் அவர்கள்தான் நின்று நிதானித்துவிட்டு எங்களை அனுமதித்துப் பின்னர் வேகமெடுப்பார்கள்.

வரும் வழியிலேயே அன்றைய கில்லி அல்லது தெரு கிரிக்கெட் ஆட்டத்துக்கு சைடு சேர்த்துவிடுவோம். என் வீட்டுக்கும் ஆண்டெனி வீட்டுக்கும் இடைப்பட்ட தெருதான் விளையாட்டுக்குத் தோது. அங்கேதான் ப்ளாட்ஃபாரம் சற்றே உள்வாங்கி தெரு அகலமாக இருக்கும். ஆண்டனி வீட்டுப்பக்கம்தான் கில்லிக்கு குழி நோண்டியிருப்போம். அங்கிருந்து கெந்தினால்தான் வெகு தூரம் போகும். அடுத்த மூன்று ஷாட்டில் ஒழுங்காக தூ தாண்டிக்கோல் சொல்லி கில்லி ஷாட்டெல்லாம் அடித்தால், நிச்சயம் பாங்கில் முன்னூறு வரை சேர்த்துவிடலாம். நான் கில்லிஷாட் டபுள் கில்லி ஷாட்டிலெல்லாம் தேர்ந்தவன்.

இந்த கில்லி ஷாட் என்பது தாண்டுக்கோலால் கில்லியைத் தட்டி எகிற வைத்து இரண்டு முறை தட்டி அடிப்பது. அதே மூன்று முறை தட்டி அடித்தால் அது டபுள் கில்லி ஷாட். எங்கள் தெரு பிரபாகர் இருக்கிறானே, அதான் அந்த மந்தவெளி ஃபார்மஸி வீட்டுப்பையன், எட்டுமுறை தட்டி அடிப்பான், அதுக்கு கடுகு ஷாட் என்று நாமகரணம்.

ஒரு தரம் மந்தவெளி பாட்டி வீட்டுக்குப் போயிருந்தபோது என் மாமா ரமணியுடன் பிஎஸ் ஹைஸ்கூலில், “என் மருமாண்டா!

கில்லி ஷாட்டில் ஜரூரு" என்ற சிபாரிசுடன் ஒரு சைடில் சேர்த்துக்கொள்ளப்பட்டேன். அப்போது எதிர் சைடு ஆசாமி ஒருத்தன் "என்னடா! அடையாறுல ஒருத்தன் கடுகெல்லாம் அடிப்பானாமே" என்று விசாரிக்கும் அளவுக்கு பிரக்யாதி பெற்றவன் இந்த பிரபாகர்.

அவரவர் வீட்டை அடையும் பொழுது கண்டிஷன் போட்டுக்கொள்வோம் "பாஞ்சு நிமிஷத்துக்குள்ள வந்துடணும்!"

டங்கென்று தாழ்ப்பாளைத் திறக்கும்போதே அம்மா வாசலுக்கு வந்துவிடுவாள்.

"என்ன இன்னிக்கு டெஸ்ட் நோட் குடுத்தாளா? எங்க காமி!"

"ஜாக்ரஃபி டெஸ்டுல வ்ளாடிவாஸ்டக் ஸ்பெல்லிங் தப்பில்லாம எழுதினயா?"

"ஃபால் ஆஃப் தி மொகல் எம்பையர் ரீஸன்ஸ் எட்டையும் மறக்காம எழுதிட்டியோனோ?

இதுபோன்ற லௌகீக சமாச்சாரங்கள் கேட்டுக் குடைந்துவிட்டு "வா! உனக்குப் பிடிச்ச டிஃபன் இன்னிக்கு" என்று கூட்டிப்போவாள்.

மேற்சொன்ன நிகழ்வுகளுக்கு விதி விலக்கான சில நாட்களும் உண்டு.

அன்று வாசல் கதவருகில் நடமாட்டமே தென்படாது. அமைதி நிலவும். கதவின் கம்பிகளுக்கிடையே பார்த்தால் கூட இருளோவென்றிருக்கும். நானே கம்பிக்குள் கைவிட்டு கதவைத் திறந்துகொண்டு வருவேன். சாதாரணமாக அங்கும் இங்கும் ஓடிக்கொண்டிருக்கும் பவானி கூட இருக்க மாட்டாள்.

எனக்கோ விளையாட்டு அவசரம். வேகமாக உள்ளே வந்து என் புத்தக டேபிள் மீது அலுமினியப் பெட்டியை வீசி எறிந்து விட்டு பாத்ரூமுக்கு ஓடி கால் கை கழுவிக்கொண்டு கிச்சனுக்குள் வந்தால் அங்கும் சூன்யாகரமாக இருக்கும். டேபிளில் ஒரு தட்டு வைத்து அதில் வளை வளையமான விளிம்பு வைத்த கிண்ணம் போட்டு மூடியிருக்கும்.

நான் அதைப்பார்த்தால் ச்சகார ச்சண்ட தாண்டவம் ஆடுவேன் என்பதால் அன்று அம்மாவும் பவானியும் தலை பின்னிக்கொள்ளும்

சாக்கில் தோட்டத்துப்பக்கம் வேப்ப மரத்தடியில் முன்னே உள்ள மாதுளஞ்செடியின் இலைகளுக்குப் பின்னால் நிழலும் நிஜமுமாய் மறைந்திருப்பார்கள்.

பசி, விளையாட்டு அவசரம் என்பவை முன்னுரிமை பெற்று கோபம் மறக்கப்பட்டு அந்த டிஃபன் அவசர அவசரமாக விழுங்கப்பட்டு விளையாட்டுக்கு வாசப்பக்கம் ஓடிவிடுவேன் என்னும் என் சைக்காலஜி தெரிந்தவளை அம்மாவாகப் பெற்றிருந்தேன்.

அன்று இரவு சாப்பாட்டுக்கு கத்தரிக்காய் இருந்தால் சிணுங்குவேன்.

"என்னம்மா இது! டிஃபனையே ......குடுத்து எமாத்திட்டே! இப்ப கத்தரிக்காயா?"

"சாப்பிடு சாப்பிடு! வர்ர ஞாயித்துக்கெழமை அன்னிக்கு வுட்லாண்ட்ஸ் போப்போறோமே, அப்ப மசால் தோசை சாப்பிட்டுக்கலாம். இப்ப கத்தரிக்காய் சாப்பிடு. அப்பத்தான் கணக்குல நூத்துக்கு நூறு வாங்க முடியும்!"

இந்த லாஜிக் எனக்குப் புரிந்ததே இல்லை.

என்ன சொல்லிக்கொண்டிருந்தேன்?

ஆம், அந்த விசிறித்தலைப்பா கட்டின பேரரிடம் இது என்ன என்று கேட்டேன் என்றுதானே?

"சர்! திஸ் ஈஸ் மோர்க்களி! ய வெரி டிரடிஷனல் டமில் டிஷ் மேட் ஆஃப்.....

சொர்க்கத்துலிருந்து அம்மா சிரிக்கும் சப்தம் துல்லியமாகக் கேட்டது.

சலூன் முத்து

"வாசல்ல யாரோ வந்தா மாதிரி இருக்கு! போய்ப்பாரேண்டா!"

அம்மா விரட்ட, முகலாய சாம்ராஜ்ஜியத்தின் சரிவுக்கான காரணங்களை ஒத்திவைத்துவிட்டு வாசலுக்குப் போனேன்.

அந்த ஆசாமிக்கு வயது முப்பதுக்குக் கீழ்தான் இருக்கும். வெள்ளை வெளேரென்ற வேஷ்டியும் அதே மின்னும் வெள்ளையில் சட்டையுமாய், நறுவிசாக திருத்தப்பட்ட க்ராப்புமாய் புன்னகையுடன் நின்றார்.

"வணக்கம் தம்பி!" வீட்ல பெரியவங்க யாரும் இல்லியா?"

என் வயசுக்கே வணக்கம் வைத்த அவரின் பதவிசில் கூச்சப்பட்டு, "அப்பாவைப் பாக்க யாரோ வந்திருக்காம்மா!"

ஹிந்துக்களின் எண்ணங்களுக்கு மதிப்பளிக்காவண்ணம்...... மறுபடி முகலாய சாம்ராஜ்ஜியத்தின் சரிவுக்குத் திரும்பினேன்.

பிற்பாடு அப்பா சொல்லிக்கொண்டிருந்தார்.

"அவன் பேரு முத்துவாம். நம்ம தெருக்கோடில சலூன் திறந்திருக்கானாம். ஹேர்கட்டுக்கு என் கடைக்கு வாங்க சார்னு கூப்பிட்டுட்டு போனான். இனிமே மெயின் ரோடு வரைக்கும் போக வேணாம்!"

பாபுலர் சலூன் என்ற பெயருடன் கடை ஜிலுஜிலுப்பாக இருந்தது. சின்னதாக பத்துக்குப் பத்துதான். ஆனால் அதில் மூணு சுழல் நாற்காலிகள் போடப்பட்டு நான் பார்த்தேயிராத சில சாமக்கிரியைகள். எதிரே பெரிய பெரிய கண்ணாடி வைத்து அதில் வண்ண வண்ணப்பூக்கள் பார்டர் போட்ட பெயிண்ட். வாயில் ஆங்கில எஸ் போல வளைந்த மூக்கு வைத்த தண்ணீர் பாட்டில்கள். முதல் முறை க்ராப்புக்குப் போகும்போது அதிலிருந்து புறப்படும் வசீகர சப்தமும் தலையில் பூத்தூறல் தூவும் சுகமும் அடுத்து வரும் அரவட்டை கட்டுக்கு சத்தியமாக பொருத்தமே இல்லாத கட்டியம்.

"முத்து! போன தரம் என்ன ஏகப்பட்ட தல மயிர் பாக்கி வெச்சுட்ட! இந்த தரம் நன்னா ஓட்ட வெட்டி விடு!"

என்னைக்கொண்டு விடும்போது அப்பா ஒவ்வொரு முறையும் இதேதான் சொல்லுவார்.

"அதெல்லாம் நா பாத்துப்பண்ணிடறேனுங்க!"

ஏழாவது படிக்கும் வரை முத்துதான் எனக்கு பாஸ்.

"த பாருங்க தம்பி! ரொம்ப மொரண்டு பண்ணினா அப்படியே விட்டுடறேன். அப்பாகிட்ட ஆஃபீஸ் போம்போது சொல்லிடுவேன், அவ்வளவுதான்!"

எட்டாவது வந்தவுடன் தேறிவிட்டேன்.

"நா சொல்றபடி செய்யுங்க, முத்து! அப்பாட்ட நா சொல்லிக்கிறேன்!"

"என்னடா இது வெட்டிண்டா மாதிரியே இல்லியே! சாயங்காலம் அப்பா வந்தா நீ மாட்டின!"

"போம்மா! இதுக்கே ராஜன்லாம் பின் பக்கமா தலையைத்தட்டி "சதுர வட்டை"ன்னு கேலி பண்றான்!"

ரெண்டு நாளில் தும்ம ஆரமிப்பேன்.

"தலையில இத்தன திக்கா மயிர் வெச்சுண்டா இப்படித்தான்! சொன்னா கேக்கறதே இல்ல!"

"தலயில மயிர் திக்னெஸ்ஸுக்கும் சைனஸுக்கும் சம்பந்தமே இல்ல."

டாக்டர் ராகவன் சொல்லும்போது அப்பா அவரிடம் சைகை காண்பித்ததை நானே ஒரு முறை பார்த்துவிட்டேன்!

முத்து நன்கு கொழித்தான்.

இந்தப் பக்கம் வெங்கடரத்தினம் நகரிலிருந்து அந்தப் பக்கம் காந்தி நகர் வரை எல்லோரும் வர ஆரம்பிக்க, அவன் இரண்டே வருடங்களில் கடையை விரிவு படுத்தினான்.

அந்த மாவு அரைக்கும் மெஷீன் கடை இருக்கே, அதான் இப்போ பிஸ்மி பிரியாணி கடை இருக்கும் இடத்தில் இன்னொரு சின்ன கடை போட்டு அதில் முத்துவின் தம்பி குப்பனை விட்டான். இந்த குப்பன் முத்துவைவிட மோசம்! பதினைந்து வயசுக்குக் குறைவாய் யார் வந்தாலும் மெஷின் தான். கத்திரியைத் தொடவே மாட்டான். எலி கடித்தாற்போல பின் பக்கம் கொந்திவிட்டு அதிலும் ஒரு சீராக இலாமல் கொசகொசவென்று ஆக்கி அனுப்புவான்.

ஒன்பதாம் லீவில் எனக்கு பூணல் போட்டபோது முத்துதான் எனக்கு சம்ஸ்கார முண்டனத்துக்கு வந்தான். பத்து ரூபாய் தட்சணை வாங்கிண்டாலும் எனக்கு ரெண்டு ரூபாய்க்கு *GAMA* பேனா ஒன்று பரிசளித்தது நினைவில் இருக்கிறது. காலெஜூம்போது கூட முத்துவிடம்தான் மாதாந்திர கேசகர்த்தனம்.

“என்ன தம்பி! ஏதோ ஆடிட்டர் படிப்பாமே! அப்பா சொன்னாரு! பெரிய ஆளாய்டுவ! என்னல்லாம் மறக்காத!”

பாம்பே டெல்லி அங்க இங்க என்று கிட்டத்தட்ட பத்து வருடம் சுத்தின பிற்பாடு சென்னை வந்தபோது முத்துவின் கடை இல்லை.

“அவன் இப்ப பெரியா ஆளாயிட்டான் தெரியுமா?”

“இங்க பின்னால மாருதி ஓயின்ஸ் கடை அவுனுதுதாண்டா!”

“சலூன் என்ன ஆச்சு?”

“நம்ம அடையாறு க்ளினிகல் லாப் இருக்கே, அதுக்குக்கீழ பெரிய ஏஸி சலூன் பாத்தியா, அது அவுனுதுதான்! இப்ப அவன் வேலயையெல்லாம் பண்றது இல்ல.”

“போடு சக்கை!”

“அப்புறம் அந்த டீச்சர்ஸ் காலனிகிட்ட ஒரு கல்யாண மண்டபம் கட்டிருக்கான். அதோட வாசல்லதான் சாயங்காலம் உக்காந்திருப்பான்!”

அடுத்த வாரமே சாயங்காலம் அந்தப் பக்கம் போகும்போது முத்துவைப் பார்த்தேன். வெள்ளைச் சட்டை, காவி கலர் வேஷ்டி. முகத்தில் ஓமர் முக்தியார் தாடி, சீராக வெட்டப்பட்டு ஆரோக்கியமாக இருந்தது. என்னைப் பார்த்தபோது கண்ணில் மாற்றம் இல்லை. அருகில் போனேன்.

“என்ன முத்து எப்படி இருக்கீங்க? என்னைத் தெரியுதா?”

தன் ஞாபகத்தில் நிரடித் தோற்றுப்போன முகபாவம்.

சொன்னேன்.

“அப்டீங்களா? இருக்கும் இருக்கும்! டேய்! மண்டபத்த ஒழுங்காப்பெருக்குடா! நாளைக்கு விசேஷம் இருக்குல்ல?”

இப்போதெல்லாம் நான் பாப்புலர் சலூனுக்குப் போவதில்லை.

என் அம்மா நல்லவள்

ஹைதராபாத் ட்ராபிக் இப்போ எப்படியோ தெரியாது. அப்பல்லாம் ஒருவித பித்துப் பிடிச்சாப்போல நகரும். அந்த அரைகுறை ஃப்ளை ஓவருக்கு அடியில் அழுக்கு யூனிபாரம் அணிந்த போலீஸ் நெருப்புக்குச்சி பாக்டரி சங்கு போல சரியாக இரண்டு நிமிடத்திற்கு ஒரு முறை விசில் ஊதிக்கொண்டிருப்பான். ஒரு நாயும் சீண்டாமல் ட்ராபிக் பாட்டுக்கு நம் அரசியல் போல கொச கொசவென்று ஓடிக்கொண்டிருக்கும். ரோடை கிராஸ் பண்ணுவது என்பது ஒரு பாரதப்போர் சமாச்சாரம்.

கேட்டுக்கு வெளியே வந்ததும் இடது பக்கம் பார்த்தால் அரை பர்லாங்குக்கு ஒன்றும் வராது. வலது பக்கம் சோமாஜி குடா சைடிலிருந்து சைக்கிள், ஸ்கூட்டர், டப்பா கார், 67 ஸ்பேர் பார்ட்டுகளும் சப்திக்கும் ஆந்த்ரா பஸ் என்று ஒரு பாட்டர்னே இல்லாமல் வந்து சட்டென்று அமைதியாகிவிடும். இதுதான் சமயம் என்று அரக்கப் பரக்க கிராஸ் செய்ய முற்பட்டால், காரைக்கால் அம்மையார் சிவகுமார் போல புகை பறக்க திடீரென்று ஒரு மோட்டார் சைக்கிள் நேரெதிரே தோன்றி உங்களைநோக்கி வந்து ஹார்ட்டை வாய்க்கு வரவழைக்கும். ச்சே! என்று பின்னால் நகர்ந்தீர்களோ, போச்சு!

இப்போது இடது புறத்திலிருந்து மழைக்கால ஈசல் போல பரபரவென்று வாகனங்கள். அவ்வளவுதான், நீங்கள் நடுவில் மாட்டிக்கொண்டு பலி ஆடு போல முன் பக்கத்தையும் பின் பக்கத்தையும் நெக்கி நெக்கி ஆடவேண்டியிருக்கும். "பிச்சி சனாசி,

தொங்க நா கொடுக்கா", போன்ற புண்ணிய சொற்கள் காதில் விழ வாய்ப்புகள் அதிகம்.

சரி, அந்த போலீஸ் துணை நாடலாம் என்றால், "ஐயோ அவன் எங்கே?"

ரிலயன்ஸ் பேக்கரி வாசலில் தொட்டாலே உதிர்ந்துவிடுமே, அந்த நாய் பிஸ்கெட் தின்று கொண்டு டீயை உறிஞ்சிக்கொண்டு கேனத்தனமாய் ரோடில் போகும் நாரீமணிகளை சைட் அடித்துக்கொண்டிருப்பார்.

மேற்சொன்ன ஹைதராபாதில் கத்திரி சிகரெட் கம்பெனி பிராஜக்டுக்காக நான் மூன்று மாதம் அங்கேயெ தங்கியிருந்த ஒரு நாள் மதிய லஞ்ச் நேரத்தில் எனக்கு அப்பாவிடமிருந்து நான் பயந்துகொண்டிருந்த அந்த போன் வந்தேவிட்டது.

"இன்னிக்கு ஃப்ளைட்டுல வந்துடறியா?"

"ஏன், என்னப்பா?"

"நேர்ல வாயேன்! ஒண்ணும் பயமில்லை. நீ கலவரப்படாம வா!"

இரவு வீட்டு வாசக்கதவைத் திறகும்போது மணி பதினொன்றாகி விட்டிருக்க, சப்தம் போடாமல் அப்படியே வெராண்டா வழியாக மாடிக்குப் போய்விடலாம் என்று முயன்றேன்.

"அப்பாடா! வந்துட்டியா? சாப்டியோனோ? இன்னமே நான் தூங்கப்போறேன்!"

வாசல் ஜன்னலுக்கு அருகே பிரம்பு நாற்காலியில் ஷால் போர்த்தி சுருங்கிப்போய் உட்கார்ந்திருந்த அம்மாவின் சந்தோஷக்குரல்.

"என்னம்மா இன்னுமா நீ தூங்கல?"

"உன்னைப்பார்த்துட்டேனோன்னோ இனிமே தூங்கிடுவேன்!"

காலை நான் எழுந்து வரும்போது லதா சமையல் அறையில் இறுக்கமான முகத்துடன். அப்பா எப்போதும்போல வாசலில் பேப்பர் படித்துக்கொண்டிருந்தார். அம்மா இன்னும் எழுந்திருக்கவில்லை. பரபரவென்று வாசலுக்குப் போனேன்.

"என்னப்பா! அம்மாவுக்கு என்ன?"

“காபி குடிச்சியா? போ குடிச்சுட்டு வா?”

“இல்ல சொல்லுப்பா!”

“டெஸ்ட் எடுக்கச்சொன்னார் நரசிம்மன்!”

“என்ன டெஸ்ட்?”

“ஸ்கான்! அப்டமின்!”

“என்ன மறுபடி அல்சரா?”

“இல்ல! கான்சராம்!”

தொபக்கென்று அங்கேயே சரிந்து உட்கார்ந்துவிட்டேன். மளமளவெனக் குளித்துவிட்டு நானும் அப்பாவும் டாக்டர் நரசிம்மனைப் பார்க்கப்போனோம்.

“கன்ஃபர்மா தெரியுது சார்! செகண்டரி லிவருக்குப்போயிருக்கு. அண்ட் கல்லோப்பிங் விகரஸ்லி!”

“டாக்டர்! அம்மா....?”

“ம்ஹூம் கஷ்டம்ப்பா!”

“இன்னும் எத்தனை மாசம் இருப்பா டாக்டர்?”

அப்போதுதான் நான் இன்றுவரைக்கும் மறக்கவே இயலாத என் அம்மாவின் வாழ்க்கைக்கு கெடு வைத்த அந்தப் பாழாய்ப்போன வார்த்தைகளைச் சொன்னார் நரசிம்மன்.

“Don’t ask me months! Ask me days!”

“காரெல்லாம் அனுப்ப வேண்டாம்! நானே வந்துர்ரேன்!” என்று சொல்லி தன் ஸ்கூட்டரிலேயே வீட்டுக்கு வந்து அம்மாவை ஸ்டெத்தால் பரிசோதித்து, கண்களைப் பார்த்து கழுத்தருகில் அழுத்தி “ப்ஸ” என்று குனிந்த தலையுடன் தன் லெட்டர் பேடில் அம்மாவின் டெத் சர்ட்டிஃபிகேட்டை எழுதி கையெழுத்திட்டு அப்பாவிடம் கொடுக்கும்போது “ஷி வாஸ் ய குட் லேடி” என்று சொன்ன டாக்டர் நரசிம்மனின் கண் ஓரத்தில் துளியே துளி கண்ணீர்.

அம்மா நல்லவளாகத்தான் இருந்திருக்க வேண்டும்!

உங்களுக்குப் பிடித்திருந்தால்...

"ஆச்சு ரோட்ல பூனை போகும்போது தெகச்சு நிக்கறாப்ல நின்னுண்டு இருக்கியா? போடா, சீக்கிரமா ஷூவ மாட்டிண்டு வாக் கௌம்பு!"

எப்போதோ போய்விட்ட அம்மாவின் குரல் மனசுக்குள் கேட்க ஷூ மாட்டிக்கொண்டேன்.

வாக் என்றால் ஏதோ எங்கள் "காமராஜ் அவென்யூவைத்தாண்டி இடது புறம் திரும்பி இந்திரா நகரைக்கடந்து..." எல்லாம் இல்லை. வீட்டின் காம்பவுண்டுக்குள்ளேயே சுத்திச்சுத்தி நடப்பதுதான். மெதுவாக நடக்க ஆரம்பித்தேன். கிருஷ்ணமூர்த்தி அடுத்த வீட்டுக்கு பசும்பால் கொடுக்க வந்தவன் என்னைப் பார்த்தும் "என்ன ரெகு! நல்லாக்கிறியா" என்று குசலம் விசாரித்துவிட்டுப்போனான். எதிர்வீட்டு வாட்ச்மேன் பெருமாள் கைகளை உயரத்தூக்கி ஆசிர்வாதம் போல ஒரு ஹலோ சொன்னார். அந்த மாடி அபார்ட்மெண்ட்டிலேர்ந்து சிக்கான ஆசாமி கன்னுக்குட்டி சைஸ் நாயை அழைத்துக்கொண்டு வாக்கிங் கிளம்பினார். ஒரு பழைய பஜாஜ் மொப்பெட்டில் நாலு பேர் உட்கார்ந்துகொண்டு "ஹேய்" என்ற சப்தத்துடன் சாலையைக் கடந்தனர்.

நடையில் கொஞ்சம் வேகத்தைக் கூட்டினேன்.

இரண்டு கட்டடம் தள்ளி இருக்கும் சஞ்சிவனி மருத்துவ நிலையத்துக்கு வந்த கார் ஒன்று தயங்கி என் வீட்டு காம்பவுண்டு முன்னால் நின்றது. டிரைவர் நடந்துகொண்டிருந்த என்னைப்பார்த்து கெஞ்சும் குரலில் "அரை அவர்ல எட்த்துடுவோம் சார்" என்றார். ஒரு வயதான ஆசாமியும் இரண்டு மத்திம வயதுப்பெண்களும் ஆறு வயதுக்கு ஒரு பையனும் அதே வயது சொல்லக்கூடிய சின்னப்பெண்ணும் இறங்கினர்.

"சக்கி! இங்கனவே வெளையாடிட்டு இருக்கணும்! குரு! குழந்தைங்க மேல ஒரு கண் வெச்சிக்க!"

ஆசாமியும் இரண்டு பெண்களும் சஞ்சிவனியை நோக்கி நடந்தனர். குழந்தைகள் இரண்டும் நான் சுவற்றுக்கு வெளியே போட்டிருந்த செடிகளுக்கான மேடையில் ஏறி ஓடி விளையாட ஆரமித்தன.

லேசான காற்று, மேற்கே சூரியன் கீழே விழ இருட்டு படர ஆரம்பித்து. இப்போது எதிர் அபார்ட்மெண்ட் மாடியில் சலனம். அந்த பால்கனியில் ஆறு வயதுப்பையன் இங்கே விளையாடும் குழந்தைகளை வேடிக்கை பார்க்க ஆரம்பித்தான். கண்களில் அவனுக்கும் விளையாடும் ஆசை இருந்திருக்குமோ என்னமோ? மேடை மீது ஏறி ஏறிக் குதித்து விளையாடும் இந்தக் குழந்தைகளும் மேலே பார்த்து "நீயும் வர்ரியா" என்று கேட்டன.

பால்கனிப் பையன் "ம்ஹூம்" என்னும்படி தலையை ஆட்டினான். அப்புறம் பேச்சு தொடங்கியது.

"எங்கேர்ந்து வந்திருக்கீங்க?"

"டிரிப்ளிகேன்!"

"ரொம்ப தூரமா?"

"ஆமா டிரெயின்ல கூட போகலாம்!"

"கார்லயா வந்தீங்க?"

"ஆமா!"

"எங்க வீட்ல கூட கார் இருக்கே!"

"என்ன கார்?

“மாருதி ஆம்னி!”

“நீயும் வெளையாட வாயேன்?”

“ம்ஹூம்! மாட்டேன்!”

இப்போது கொஞ்சம் அமைதி. அவனும் பார்த்துக்கொண்டிருந்தான். இதுகளும் குதித்து விளையாடின. நானும் கவனம் கலைந்து ஏதோ யோசிப்பில நடந்துகொண்டிருந்தேன்.

“சினிமா பார்த்தியா?”

மாடிப்பையனின் கேள்வி.

“டீவில பார்த்தோம்!”

“நா இப்பதான் பார்த்துட்டு வரேன்!”

“என்ன சினிமா?”

“மெய்யழகன்! ஒரே அழுகை!”

“அப்படீன்னு சினிமாவா? யாரு விஜய்யா?”

“இல்ல! யாரோ!”

“வடிவேலு இல்ல?”

“ம்ஹூம் இல்ல!”

இரு குழந்தைகள் விளையாட்டில் கவனமாக இருக்க, மாடிப்பையன் வேடிக்கைபார்த்துக்கொண்டிருந்தான்.

இப்போது சஞ்சிவனியிலிருந்து ஆசாமியும் பெண்களும் காரை நோக்கி நடந்து வர, குழந்தைகள் விளையாட்டை நிறுத்திவிட்டன.

“போதும் போதும்! வாங்க! வண்டியில ஏறுங்க ரெண்டு பேரும்!”

பெரியவர் குரல் கொடுத்தார். குழந்தைகள் இருவரும் மாடியைப் பார்த்து “நாங்க போறோம்” என்று குரல் கொடுத்தன. பெண்களில் ஒருவர் ஏறிவிட்டார். இன்னொரு பெண் பின் சீட்டிலும் பெரியவர் முன் சீட்டிலும் ஏற முற்படும்போது மாடிப்பையன் குரல் கொடுத்தான்.

“என்னை உங்களுக்குப் பிடிச்சிருந்தா பெல் பட்டன அழுத்துங்க! சப்ஸ்கிரைப் பண்ணுங்க!”

அந்தப் பெண்ணும் பெரியவரும் ஏன் நானுமே சின்ன ஷாக்கில் மாடியைப் பார்த்தோம். பால்கனி காலியாக இருந்தது. பையன் உள்ளே ஓடிவிட்டான். பெரியவரும் அந்தப் பெண்ணும் உரக்கவே சிரித்தவாறு காரில் ஏறிப்போய்விட, நான் என் நடையைத் தொடர்ந்தேன்.

சிரிக்க வேண்டிய விஷயமாக எனக்குப்படவில்லை.

விக்கிரமாதித்தனுக்கு நான் எங்கே போவேன்?

கர்நாடக இசைக்கலைஞர் பி.எஸ்.நாராயணஸ்வாமி பரமபதித்துவிட்டார் என்னும் ந்யூஸ் பார்த்தேன். ஏதோ நான் இசை வித்தகன் போல அவரின் நிரவல்களின் நேர்த்தி, ஆலாபனையின் உசத்தி, கானாம்ருத பாடாந்தரம் என்றெல்லாம் ஜல்லி அடிக்கப்போவதில்லை. அவ்விஷயத்தில் அடியேனின் அப்யாசமும் ஒரு அசிகித்வாஸன் அளவுதான். ஆனால் நான் பார்ப்பது இந்த கர்நாடக இசை ஆசாமிகளின், முக்கியமாக பாட்டு சொல்லித்தரும் குருக்களிடம், போலித்தனமான பவ்யங்களும் பேச்சும்.

"யாரு? இந்த கஜினி முஹம்மது அப்றம் மொஹமது பின் துக்ளக்கோட பாட்டெல்லாம் இப்ப ராகம் போட்டுப் பாடி வெளியிடறாரே அவரச்சொல்றேளா?"

"கிருஷ்ணா! கிருஷ்ணா! அவரச்சொல்லல! இது வேற!"

"ஓ சொல்லுங்கோ!"

"அண்ணா! போன கச்சேரியில பாடினேளே ஒரு மாயாமாளவ கௌள! அடா அடா! அன்னிக்கு எனக்கு ஒலகமே ஸ்தம்பிச்சு நின்னுட்டாப்ல...!"

"சரி, என்ன விஷயமா வந்தே?"

"ஒண்ணும் பைசா பெறாத சமாச்சாரம்னா! என் மச்சினியோட ஓர்ப்படி! ரொம்ப நன்னா பாடுவோ! எங்கிட்டதான் அப்யாசம்!

அண்ணா சபாவுல ஒரு வார்த்தை சொன்னேள்ன்னா.....!"

"சரி சொல்லிவெக்கறேன்!"

அவர் அகன்றதும், *"கம்மனாட்டி! மாயமாளவ கௌளேவாம்! ரஞ்சனிக்கும் காம்போதிக்குமே வித்தியாசம் தெரியாத கபோதி! இவண்ட்ட அப்யாசம்! கயவாளிப்பய!"*

நல்ல தஞ்சாவூர் வசவாக வெய்வார் நம் வித்வான்.

இந்த மேற்சொன்ன பிளஸ் நாராயணஸ்வாமியின் மற்றும் வேறு சில வித்வான்களின் சிஷ்யகோடிகள் என்று ஒரு சிலரைக் கண்டிருக்கிறேன். பேரெல்லாம் சொல்ல வேண்டாம்.

போலிப்பிரவாகங்கள்!

மேடையேறிக்கச்சேரி பண்ணும் அளவுக்கு பாடாந்தரமெல்லாம் கிடையவே கிடையாது. அதனால் குரு பரம்பரை என்று சொல்லிக்கொண்டு பாட்டுச் சொல்லித்தர ஒரு கோஷ்டி சேர்த்துக்கொண்டு பிழைப்புக்கு வழிபண்ணிக்கொண்டு விட்டனர். இவர்களின் பேச்செல்லாம் கேட்கவேண்டும்.

தில்லானா வைத்தி கெட்டார்!

ஒரு முறை ஏதோ ஒரு ஆஸ்பத்திரியில் மெடிக்கல் டெஸ்டுக்குப் போனபோது அருகில் அமர்ந்த என்னிடம் ஆசாமி ஒருத்தர் சிக்கினார். இவரைப்பற்றி நான் கேள்விப்பட்டிருந்தேன். இல்லை விவரம் புரியாமல் நான்தான் அவரிடம் சிக்கினேன். அவருக்கு எல்லாம் பெண் குழந்தைகள்தான் சிஷ்யைகளாம்.

"என்ன சுவாமி! பையன்கள் யாருக்கும் பாட்டுல இண்ட்டரஸ்ட் இல்லியோ?"

"ஏன் இல்லாம! வர்ரதுகள்! நாந்தான் எடுத்துக்கறதில்ல!"

"அது ஏன்?"

"அவாட்ட என்ன சுவாரஸ்யம் சுவாமி! சிக்குன்னு எல்லா வயசுலயும் அழகழகா பொண் குழந்தைகள் வரும்போது இந்தப் பசங்களோட மாரடிப்பானேன்! கொழந்தேள விடுங்க! கொண்டேவிட்டு அழச்சிண்டு போக வரா பாருங்கோ யங் மதர்ஸ்! தொழில்லயும் ஒரு சுவாரஸ்யம் வாண்டாமான்னா!"

பின்னாளில் இந்த ஆசாமி மனைவியை அடித்து டொமெஸ்டிக் வயலன்ஸில் மாட்டி முழி பிதுங்கி தப்பித்தார். ஆனா என்ன, இன்னமும் கிருஷ்ண பரமாத்மா மாதிரி பொண் குழந்தைகள் சூழத்தான் பாட்டுச் சொல்லிதர்ரார்.

கொழந்த லட்சணமா இருக்கணும் இல்ல அம்மா லட்சணமா இருக்கணும். இல்லேன்னா இவர் மாதிரி ஆசாமிகள்ட்ட சிஷ்யையாச் சேர முடியாது!

இவர்கள் அம்மாக்களோட நடத்தும் பேச்சு வழக்கைக் காண கண் கோடி வேண்டும்.

"மாமா! லக்ஷ்யா நன்னா வருவாளா?"

"நம்மாத்து கொழந்தைக்கு வித்யா தேவியே பிரசன்னமான்னா ஆயிருக்கா! எங்கிட்ட விடுங்கோ! இன்னம் மூணே வருஷத்துல குழந்தைய மேடையேத்திக் காண்பிக்கறேன்! ஒண்ணும் விசனப்படாதீங்கம்மா!"

"சார்! நா அனன்யாவோட அம்மா!"

"அட! உங்களத் தெரியாதா? அனன்யா கோகிலம்! கோகிலம்னா தெரியுமோனோ? "வஸந்தகாலே சம்ப்ராப்தே காக காகஹ! பிக பிகஹ! நம்ம அனன்யா அப்படி!"

தேனொழுகச் சொல்லும்போது ஆசாமி அம்மாவின் தோள் மேல் தட்டி, முடிந்தால் லேசாக அணைத்தும் கொள்வார்!

சிஷ்யைகள் ஓரளவு தேறினதும் அவர்களை கோவில் கோவிலாக அழைத்துச்சென்று குரூப் பாட்டுப் பாட வைப்பார். அதில் வரும் சன்மானம், வேஷ்டி புடவை வகையறா ஆசாமிக்கு என்பதைச் சொல்லவே வேண்டாம். கன்வேயன்ஸுக்கு என்று சிஷ்யைகளிடம் தனியாக காசு வாங்கிவிடுவார். இதெல்லாம் பிழைப்பு என்று ஒதுக்கினாலும், அந்த குரூப் நிகழ்ச்சியின் போது ஆசாமி புகுந்து விளையாடுவதைக் கவனிக்கலாம். ஒவ்வொரு அம்மாவும் தன் பெண் நன்றாகப்பாட வேண்டுமே என்னும் பரபரப்பில் இருக்க, இவர் அதை நன்றாகப் பயன்படுத்திக்கொள்வார்.

ஒரு அம்மாவின் முதுகைத் தொடுவார்.

"பாருங்கோ லக்ஷ்யாவை இன்னம் கணீர்னு... ம்"

இன்னொரு அம்மாவின் முகத்துக்கு வெகு அருகில் போய் "மாமி! என்னதிது! ஆல்யாவை எப்படி தயார் பண்ணியிருக்கேன். நீங்க அவ காதுல தாளத்த விடாம பாடச்சொல்லுங்கோ!"

கூடவே "ம் போங்கோ" என்று கன்னத்தில் தொடுவார்.

நிகழ்ச்சி முடிந்தும் குரூப் போட்டொ வரும் பாருங்க அப்போதுதான் இவரின் முழு கல்பனாதர்மத்தைப்பார்க்கலாம்.

"அனன்யா! நீ இங்க வாம்மா! லக்ஷ்யா! நீ எம்பக்கத்துல நில்லு."

சொல்லும்போது இவரின் கை குழந்தைகளைக் கிட்டத்தட்ட அணைத்துக்கொண்டிருக்கும்.

"மாமி! நீங்க ஏன் ஒதுங்கி நிக்கறேள்! வாங்கோ நீங்க இல்லாம குரூப் போட்டோவா?"

மாமி அருகில் வந்தும் இடித்தவாறே நிற்பார்...

இந்தக் கண்றாவியெல்லாம் ஏன் அம்மாக்களும் குழந்தைகளும் சகித்துக்கொள்கிறார்கள்?

கலையார்வம் சங்கீதத்தின் மேல் பிரேமை என்றால் என் ஆறு வயத்துப்பேரனும் ஒன்பது மாதப்பேத்தியும் பகபகவெனச் சிரிப்பார்கள்.

பேராசை அல்லது தன் குழந்தை ஒரு சுதா ரகுநாதனாகவோ சௌம்யாவாகவோ வளர்ந்து புகழ் பெற வேண்டும் என்னும் தீவிர எதிர்பார்ப்பு.

தப்பே இல்லை.

ஆனால் குருவைத் தேர்ந்து எடுக்கும்போது கவனமாக இருக்க வேண்டாமா? அவரின் நடவடிக்கைகளை உன்னிப்பாக கவனித்து குழந்தைக்கு சங்கடங்கள் வராமல் இருக்க உதவ வேண்டாமா? இந்தச் சூழ்நிலையில்தான் பாலியல் வன்கொடுமையும், பாலியல் தொந்திரவுகளும் உருவாகின்றன. பல வருஷங்களுக்குப் பிறகு "மீ டூ" போட்டு என்ன பிரயோசனம்?

“அது ஏன் கர்நாடக சங்கீத குருக்கள் மீது மட்டும் குறை சொல்ற? மத்த இடத்தில் இதெல்லாம் இல்லையா?”

நான் கவனித்ததை நான் எழுதுகிறேன். நீங்கள் கவனித்ததை நீங்க எழுதுங்கள்

யார் மீது தவறு?

உன்னதமான கர்நாடக சங்கீத ஞானத்தை போதிக்கும் வழியில் இப்படி இம்மாரலாக இருக்கும் அரைகுறை குருக்களா?

தன் பெண் எப்படியாவது கர்நாடக இசை உலகில் பேர் பெற்றுவிட வேண்டும் என முனைந்து சில சில்மிஷங்களை அறிந்துகொள்ளாமலும் தெரிந்தாலும் பொறுத்துக்கொண்டும் போகும் அம்மாக்களா?

அம்மாவை எதிர்த்து சங்கடங்களைச் சொல்லி, அந்த குருமார்களிடமிருந்து கண்டிப்பாக விலகாத பெண் குழந்தைகளா?

விக்கிரமாதித்தனுக்கு நான் எங்கே போவேன்?

சிவப்பு வெல்வெட் தலைகாணியும் மதார்ஷாவும்...

என் பெரிய மகன் கல்யாணத்துக்கும் மெத்தை தலைகாணி மதார்ஷாவிடம்தான் ஆர்டர் கொடுக்கணும் என்று நானும் அப்பாவும் போனோம்

"இங்க பக்கத்துக் கடையில மதார்ஷா இல்லியா?"

"இல்லீங்களே! பெரியவருக்கு ஒரு வாரமா உடம்புக்கு முடியாம போயி ஆஸ¬பத்ரியில சேத்துருக்காங்க!"

"என்னப்பா பண்ணலாம் இப்ப?"

இரு, கேக்கலாம்.

"எந்த ஆஸ்பத்திரின்னு....?"

"அதான் தரமணியில இருக்குதாமில்ல, வால்டரி ஆஸ்பத்ரி!"

"ஓ வாலண்டரி ஹெல்த்தா?"

"ஆ! அதேதான்1 நம்ம மத்தியகைலாஷாண்ட உள்ற போவுமே!"

"தெரியுங்க! தாங்க்ஸ்! வரோம்!"

"போய்ப் பாத்துட்டு வந்துடலாம்ப்பா!"

எனக்கு நாலு வயசிருக்கலாம். அம்மா சொல்லியிருக்கிறாள்.

"அப்ப தாத்தாவுக்காக மெத்தை தெக்க அந்தக் கடைக்குப் போனோம். கடைக்காரரோட நானும் அப்பாவும் பேசிண்டு

இருக்கச்செ, நீ அங்க இருந்த சிவப்பு கலர் வெல்வெட் துணி தலைகாணியக் கையில வெச்சுண்டு இருந்த. மெத்தைக்கு ஆர்டர் குடுத்துட்டு நடந்து கொஞ்ச தூரம் போனப்றம் பாத்தா நீ அந்தத் தலைகாணியோடவே வந்துட்ட. நானும் அப்பாவும் மறுபடி கடைக்கு ஓடி அதத் திருப்பிக் கொடுக்கப் போனோம். நீ ஒரே அழுகை. அந்த மெத்தைக்கடைக்காரர், 'போகட்டும்மா! குழந்தை ஆசைப்படறான். எடுத்துக்குங்க'ன்னு உங்கிட்டயே குடுத்துட்டார்! காசும் வாங்கிக்கலை!"

அப்படித்தான் எங்கள் குடும்பத்திற்கு மதார்ஷா அறிமுகம்.

இன்னிக்கும் நான் தலைக்குத் தலைகாணி இல்லாவிட்டாலும் காலுக்கு இல்லாமல் தூங்குவதே இயலாததின் மூலகாரணமான சிவப்பு வெல்வெட் தலைகாணி.

மதார்ஷா இனிமையாக இருப்பார். அப்போது இளைஞர். எப்போதும் கட்டம் போட்ட லுங்கி, முழுக்கைச் சட்டை. கழுத்தருகில் ரெண்டே பித்தான் தான் இருக்கும். காலருக்குப் பின்னால் கர்ச்சீஃப் சுத்தியிருப்பார். வலது முழங்கையில் ஏதோ படம் பச்சைகுத்தியிருப்பார். அவரருகில் போனால் பின்னால் நான் தெரிந்துகொண்ட மூக்குப்பொடி வாசனை வரும். ஒரு இன்ச் அளவுக்கு தடிமனான வார் வைத்த லெதர் செருப்பு போட்டுக்கொண்டு வருவார்.

"டேய்! இது ஏரோப்ளேன் டயர், தெரியுமா" என்று எல்லாமறிந்த சங்கர் சொல்லியிருக்கிறான்.

எங்க வீட்டில் மெத்தை தலைகாணி என்றாலே மதார்ஷா தான்.

ஆறு மாதத்துக்கு ஒரு முறை சொல்லி வைத்தாற்போல நான் லேட்டாக எழுந்திருக்கும் ஒரு ஞாயிற்றுக்கிழமை காலையில் வருவார். அன்று ஜாலிதான். அவர் சாமக்கிரியைகளைப் பரப்பி எங்கள் வீட்டு மெத்தை தலைகாணிகளை ஒரு தடியால் அடித்து, தெலுங்கு சினிமா தேவலோக சீன் போல புகையைக்கிளப்பி, அப்புறம் கிட்டத்தில் போனாலே தும்மல் வரும் வெளிர் மஞ்சள் பஞ்சை அடைத்துச் சரிபண்ணி, மீண்டும் புதுசு போல பண்ணித் தந்துவிட்டுப் போவார்.

"என்ன மதார்ஷா! உனக்குக் கல்யாணம் ஆச்சா?"

“அதாச்சும்மா நாலு வருஷம் மிந்தியே!”

“குழந்தைங்க?”

“ரெண்டு பசங்கம்மா, மூணு வயசு, ஆறு மாசம்!”

“என்ன சின்னவரே! இந்த சேப்பு தலைகாணிய அப்படியேவா வெச்சிருக்கீங்க! வேற கலர் துணி மாத்திடலாமா?”

நான் ஒத்துக்கொள்ளாமல் அந்த அழுக்கையே காலுக்கடியில் கட்டிக்கொண்டு தூங்குவேன்.

என் கல்யாணத்துக்கு லதா வீட்டில் வாங்கினாலும் மதார்ஷாவும் தன் பங்குக்கு இரண்டு தலைகாணி தந்துவிட்டுப் போனார்.

பவானி கல்யாணத்துக்கு ஆர்டர் செய்யப் போனபோது ஆச்சரியப்பட்டார்.

“பாப்பாவுக்குக் கல்யாணமா? நாளு ஓடிப்பூட்சில்ல!”

காசு கொடுத்தபோது வாங்கிக்கொள்ள மறுத்துவிட்டார்.

“நம்ம வூட்டுப் பாப்பவுக்கு என்னோட சீதனமுங்க, இதுக்கெல்லாம் காசு வாங்குவனா?”

“சரி மதார்ஷா உம்பசங்க விசேஷத்துக்குக் கூப்பிட மாட்டியா?”

அசட்டுச்சிரிப்பாக சிரித்துவிட்டு “நீங்க இல்லமயா!”

ஆனால் கூப்பிட்டதே இல்லை.

“அவங்க சடங்கெல்லாம் வேற மாதிரி இருக்கும். நம்மளயெல்லாம் கூப்பிட ஒத்துப்பாங்களோ என்னமோ! நீங்க ஏன் அவன எம்பாரஸ் பண்றீங்க”

அப்பாவைக் கோபிப்பாள் அம்மா.

அம்மாவின் காலம் முடிந்தபோது வந்திருந்து சிவந்த கண்களுடன் உட்கார்ந்திருந்துவிட்டுப் போனார்.

என் பெரிய மகன் கல்யாணத்துக்கும் மெத்தை தலைகாணி மதார்ஷாவிடம்தான் ஆர்டர் கொடுக்கணும் என்று போனபோதுதான் வாலண்டரி ஆஸ்பிடல் செய்தி.

போனோம்.

அந்த நீள காரிடாரில் நடந்து ரூம் ரூமாகத் தேடி, ஜெனரல் வார்டுக்குப் போனால் அந்தக் கடைசிக் கட்டிலில் தன்னந்தனியாளாக விட்டத்தைப் பார்த்துக்கொண்டு, தாடி வளர்ந்த, உடல் தளர்ந்து வற்றிப்போன மதார்ஷா.

எங்களைப் பார்த்து எழுந்திருக்க முயற்சி.

"வேணாம் வேணாம், படு மதார்ஷா!"

அப்பா அமர்த்தினார்.

"என்ன ஆச்சு உடம்புக்கு?"

"அதொண்ணுமில்லீங்க! ஒரே இருமல்! கபம் ஜாஸ்தியாயிட்டுது. ராவெல்லாம் தூங்க முடியலை, கூட இருக்கறவங்களுக்கும் தொந்திரவு. அதான் ஆஸ்பத்திரியில ரெண்டு நாள் இருந்திட்டுப்போலாம்னு... என்னங்க அய்யா! இம்மாம் தூரம்?"

"கடைக்குப் போயிருந்தோம். பேரனுக்குக் கல்யாணம். மெத்தைக்கு ஆர்டர் பண்ணணுமே!"

"யாரு சின்னவரோட புள்ளைக்கா? எம்மாம் நாள் ஓடிப்போச்சு! இதோ இவுரு சேப்புத்தலகாணிய தூக்கிட்டுப்போனது இதோ நேத்து மாரி இருக்கு! அதுக்குள்ள இதுக்கு புள்ள பொறந்து. கல்யாணமா, டேயப்பா!"

கூடவே ஒரு பெரிய இருமல் வந்து இருமி இருமி உடல் குலுங்கினார்.

"என்ன மதார்ஷா இப்படி இருமறே!"

"அதொண்ணுமில்லீங்க!"

ஃப்ளாஸ்குடன் அப்போது அங்க வந்த கடைப்பையன் படபடப்பாகச் சொன்னான்.

"சும்மா சொல்றாருங்க! இவருக்கு டீபி முத்திப்போயிட்ருக்கு. கெட்ட பஞ்ச சுவாசிச்சு சுவாசிச்சு நுரையீரல் கெட்டுப்போச்சாம்!"

"என்ன மதார்ஷா இது? உடம்பைப் பாத்துக்கிறதில்லையா? சரி, பசங்கள கடையைக் கவனிச்சுக்கச் சொல்லலாமே!"

“யாரு இவுரு பசங்களா? இருவது வருஷத்துக்கு முன்னாடியே பொண்டாட்டி புள்ளீங்களோட இவுங்க மாமனார் அறுத்துக்கூட்டிக்கிட்டு போய்ட்டாரே! அவங்க எங்க இவரப்பாக்க வர்ரது!”

மதார்ஷா இருமலுக்கிடையே அவன் சிரித்தான்.

“எனக்குப் பொழைக்கத் தெரியலையாம். அவுரு பொண்ணு பேரங்கள என்னாண்ட விட்டா உருப்படாதாம். கூட்டிக்கிட்டு போய்ட்டாரு. சரிதானுங்களே, எங்கூட இருந்தா இன்னும் அதே மந்தவெளி மார்கெட்ல கடையோட குந்திகிட்டு இருக்க வேண்டியதுதான். இப்ப பாருங்க ப்ராட்வேயில எம்மாம் பெரிய கடை போட்டுப் பேரப்பசங்கள உக்காத்திவெச்சிருக்காரு!”

அப்பா கொடுத்த காசை வாங்கவே மாட்டேன் என்று பிடிவாதமாகத் திருப்பிக் கொடுத்துவிட்டார்.

இதோ நான்கு வருஷத்துக்கு மேல் ஆகிவிட்டது.

பேரன் ஊரிலிருந்து வருமுன் சின்ன வெல்வெட் தலைகாணி வாங்கவேண்டுமென்று ஆசைதான்.

மதார்ஷா கடைக்குப்போக எனக்கு தைரியம் வரவில்லை.

சங்கீத சீசன்

டிசம்பர் வந்தாச்சு. சாதாரணமாக இருந்தால், "ஆச்சு, இதோ சங்கீத சீசன் ஆரமிச்சுடும்" என்று கலாரசிகர்கள் தத்தம் கல்யாணத்துக்கு வாங்கின ஜரிகை வேஷ்டி அங்கவஸ்திரத்தை எடுத்துத் தோய்த்து உலர்த்த ஆரம்பிக்கும் காலகட்டம்.

"ஏன்னா கொஞ்சம் ஞாபகப்படுத்திச் சொல்லுங்க, போன தரம் ம்யூசிக் அகாடமில யாரோட கச்சேரிக்கு இந்த மாம்பழக் கலர் கட்டிண்டு வந்தேன்!"

மாமிகள் கேட்க மாமாக்கள் காது குடைந்துகொண்டு சொல்லப்போகும் பதிலினால் சுளுக்கு எடுக்கப்படும் அபாயத்தை நினைத்து பீதியுறும் நேரம்.

"ஏண்டா போன விசை நாரத கான சபாவுல வெங்காய அடைன்னு ஒண்ணு போட்டு, தொட்டுக்க சட்னி வெச்சானே, இந்த தரம் உண்டாடா?"

"வயிற்றுக்கில்லாத போது மட்டுமே சிறிதளவு செவிக்கும்" என்னும் தாத்பர்யத்தின் வித்தகர்களின் எதிர்பார்ப்பு.

"கார்த்திக்! இந்த வீக் எண்ட் சாண்டா க்ளாராவுலேர்ந்து மாமிய வரச்சொல்லியிருக்கேன். புளியோதரை, வத்தக்குழம்பு பேஸ்ட்

அப்புறம் ரசப்பொடி எல்லாம் பண்ணறதுக்கு வந்துருவா! ஐ ஹேவ் பிராக்டிஸ்! நீதான் கூடவே இருந்து கவனிச்சுக்கணும்!”

“பட் சுலு! கல்யாணத்துக்கு மின்ன நான் நன்னாவே சமைப்பேன். இதெல்லாம் எனக்கு வேண்டாம்!”

“போடா! உனக்கில்ல! அடுத்த ரெண்டு மாசம் நான் சென்னைக்குக் கிளம்பற வரைக்கும் ஐ ஹேவ் நோ டைம் ஃபார் கிச்சன்! கார்த்தி! டார்லிங்! ப்ளீஸ்! இந்த தரம் என்னோட கச்சேரிக்கு ………..குடி மாமா வருவாடா! மஸ்ட் சிங் வெல்!”

சன்னி வேலிலும் சாண்டா கிளாராவிலும் சுலு என்னும் சுலோச்சனாக்களும் ஐஸ் என்னும் ஐஸ்வர்யாக்களும் ரெடியாகி சென்னை சங்கீத சீசனுக்கு வரெளம் அமர்க்களம் இருக்கே…..

ட்டேயப்பா!

நான் அப்படி ஒன்றும் கர்நாடக சங்கீதத்தில் ஊறிப்போன விற்பன்னனோ, ரசனானுபவஸ்தனோ போஷகனோ இல்லைதான். ஆனால் அவ்வப்போது கச்சேரிகளுக்குப் போகும்போதும் பராக்குப்பார்க்கும் போதும் அப்படியே காது கொடுத்துச் சில பேச்சுக்களைக் கேட்கும்போதும் பிடிபடும் சுவாரஸ்யங்களுக்குக் குறைவே இல்லை.

“அதெல்லாம் சும்மா! மைத்ரீம் பஜதா பாட்டு மஹா பெரியவா எழுதினதெல்லாம் இல்ல! அது எங்க குடும்பத்துல ஒருத்தர் எழுதினது!”

“அட! என்ன சொல்றேள்! விக்கிபீடியா மொதக்கொண்டு பெரியவா எழுதினதாத்தானே போட்ருக்கு! நீங்க என்னமோ சொல்றேளே!”

“ஆமான்னா! நாஞ்சொல்லறதுதான் நெஜம்! அதத்தான் எம் எஸ் பாடினாளாக்கும்!”

“என்னால நம்ப முடியலைங்காணும்!” அதிர்ச்சியா இருக்கு நீர் சொல்றது!”

“நம்பாட்டி போய்ச்சேரும்!”

“இங்க என்ன வாசாலம் நடக்கறது! இவரென்ன மூஞ்சியத்தூக்கி வெச்சுண்டு இருக்கார்?”

“வாரும் கே வி ஆர்! புதுசா ஒரு குண்டடத்தூக்கிப்போடறார் அந்த ஆசாமி!”

“என்னவாம்?”

“எம் எஸ் அம்மா பாடின அந்த மைத்ரீம் பஜதா இருக்கே, அத மஹா பெரியவா எழுதலையாம்! இவா வீட்டுல யாரோ எழுதினாளாம்!”

“இதுக்கா அக்கப்போர் பண்ணிண்டு இருக்கேள் ரெண்டு பேரும்!”

“என்ன கே வி ஆர், எவ்ளோ பெரிய சமாச்சாரம்... அதப்போய்..!”

“அடப்போம்யா! ரொம்ப ரொம்ப சுமாரான பாட்டு லிரிக்ஸ் அது! அதுக்குச் சொந்தம் கொண்டாடறதுக்கு வாக்குவாதம் வேறயா? எம் எஸ் பாடினாங்கற பெருமையோட போட்டும்யா விடுங்க!”

ஒரு அடையாறு கச்சேரி காண்டீனில் இந்த சம்பாஷணைக்கு நடுவே நான் சாப்பிட்ட தவலை வடை பத்தியும் தொட்டுக்க போர்க்குழம்பு போட்ட மோர்க்குழம்பு வாளி கொண்டு வரும் வழியில் ஒரு மாமியின் முதுகில் பட்டுவிட, கூட வந்த மாமா அதை நாசூக்காகத் துடைத்துவிட்டதை மறந்துவிடுவோம் - எழுத முடியுமா?

KISS அல்லது கிஸ்

காலை ஒன்பதிலிருந்து பத்தரைக்குள், ஒரு வேலை நாளில், அதுவும் லேசாகத் தூறிக்கொண்டிருந்தால் அடையாறு மத்திய கைலாஷ் பக்கம் போகாதீர்கள்.

இதோ இங்கே அடையாறிலேயே மத்ய அம்னிகா சிக்னலையே தாண்ட முடிவதில்லை. அம்பிகா டிபார்ட்மெண்டல் சிக்னலிலேயே மடக்கிப் போட்டுவிடுகிறது இந்த ட்ராஃபிக்.

"லேன் லேன்" என்று நாகரிகம் வாய்ந்த டவுன்களில் சொல்லுவார்கள். சென்னையில் அதற்கு என்ன அர்த்தம் என்று கேட்பார்கள். அப்படி என்னிக்காவது ட்ராஃபிக்கில் தேவுடு காத்து நிற்கும்போது அராஜகமாக லேன் மாறும், தாடி வைத்த மோட்டார் சைக்கிள்காரனிடம் சொல்லிப்பாருங்கள்!

"பெரிய ந்யூயார்க்குலேர்ந்து வண்ட்டாரு! போவியா?" என்றோ,

"வாட்ஸ் யுர் ப்ராப்ளம் ட்யூட்?" என்றோ சாத்தப்படுவீர்கள்.

அந்த மாதிரி மாட்டிக்கொள்ளும் நேரங்களில் உருப்படியாக 93 புள்ளி 7 அல்லது 94 புள்ளி 8 என்று ஏதாவது அலைவரிசையில் "ஹூ ஈஸ் தெ ஹீரோ" அல்லது டைலாமோ போன்ற சுத்தத் தமிழ் பாட்டுக்களைக் கேட்பது ஸ்லாக்கியம்.

"நடப்பது நன்றாகவே நடக்கும்" என்கிற கீதாச்சார்யன் வாக்குப்படி பல்லு குத்திக்கொண்டிருப்பது இன்னும் நல்லது.

இந்தக் கோட்டூர்புரத்தை ஒருவழியாகத் தாண்டிவிட்டால் ஒற்றையடிப் பாதையோ என்று நம்மை சம்சயிக்க வைக்கும் ஃப்ளைஓவர் அல்லது மேம்பாலம் அல்லது ஏதோ ஒரு ரெண்டாங்கெட்டான் சமாச்சாரம் ஒன்று வரும்.

அதில் போவது சர்க்கஸில் பாதாளக்கிணற்றில் மோட்டார் சைக்கிள் ஓட்டுவது அவ்வளவு கஷ்டம் இல்லை என்று தோன்றும். மொத்தமே ஐந்தடிதான் இருக்கும்போல, ஆனால் அதில் ரெண்டு லேன் ட்ராஃபிக் ஓடும்! ஒன்றிரண்டு சமயம் பேப்பர் படித்துக்கொண்டெ சட்டென்று நிமிர்ந்து பார்த்து டிரைவரிடம் அலறி இருக்கிறேன்.

நமக்கு நேர் செங்குத்தாக நம்மை நோக்கியே குறிபார்த்து வருவார்கள், அதும் ஸ்கூட்டர் அல்லது பைக்கில். ஹார்ட் வாய்க்கு வந்துவிட்டு உள்ளே போகும். இந்த அழகில் நம்மை நோக்கிக் கையை அசைத்துக்கொண்டே வருவான் - நாம் நகர வேண்டுமாம்! நகர்ந்தால் பாலத்துக்குக் கீழே *HDFC Bank*இன் ஏடிஎம்மைப் பொத்துக்கொண்டு காருடன் உள்ளே போக வேண்டியதுதான்.

“ஏடிஎம்முக்குள்ளல்லாம் நாங்க கார் அனுமதிக்க மாட்டோம்” என்று அதுக்கு வேறு நூறு ரூபாய் சொல்லாமல் கொள்ளாமல் பாங்கில் சார்ஜ் போடுவார்கள்!

இந்த லட்சணத்தில் அன்று ஒரு வழியாக அமெரிக்க விசா தந்துகொன்டிருந்தார்களே, அந்த பில்டிங்குக்குப் பக்கம் போக வேண்டியிருந்தது. *(2014)*

நான் மேலே சொன்ன கோட்டூர் மேம்பாலம் தாண்டிய செனோடாஃப் ரோடில் இருக்கிறது அந்த இடம்.

அந்தப் பாழாய்ப்போன ந்யூயார்க் மெக்டொனால்டில் போய் கோழிக்குஞ்சு பர்கர் தின்பதற்கும், ஆளுயர டம்ளரில் கோக் குடிப்பதற்கும் கூட்டம் கூட்டமாக அமெரிக்க விஸா வேண்டி ஜனம் அம்முகிறது.

டை கட்டின, கட்டாத, இளைஞர்களும், உள் சட்டையின் மேல் பட்டன் திறந்த - ஆனால், வெளியே கோட் போட்ட இளம் பெண்களும், ஜோ ஜோவென்று குழந்தையைக் கணவன் தாலாட்ட,

கையில் ஃபைலுடன் நிற்கும் மனைவிகளும், பேரனையோ பேத்தியையோ பேபி ஸிட் பண்ணப்போகும் தாத்தா பாட்டிகளும் திருப்பதியைவிட பக்தி ஸ்ரத்தையா காத்துக்கொண்டு நிற்கிறார்கள்.

அந்த மழைத்தூறலிலும் குடை கிடை இல்லாமல் முகத்தில் அசட்டுச் சிரிப்புடன் நிற்கும் எதிர்கால என் ஆர் ஐக்கள்!

"உற்பத்தித்திறன் குறைகிறது. விற்பனையும் குறைந்துகொண்டே வருகிறது.. லாப சதவிகிதமும் ஒன்று சொல்லுகிறாற்போல் இல்லை. கடுமையான போட்டி நிலவுகிறது. இந்த அழகில் இன்னொரு மல்டி நேஷனல் சென்னையில் மிகப்பெரிய தொழிற்சாலை நிறுவ திட்டமிட்டிருக்கிறார்கள்.

என்ன செய்யலாம், எப்படி நிலமையைச் சரிபண்ண வேண்டும் என்று கலங்கியிருந்த கம்பெனிக்கு ஆலோசனை சொல்லப் போயிருந்தேன்.

கெல்லி ஜான்சனால் 1960களில்(லேயே) சொல்லப்பட்டு மிகப் பிரபலமாகிவிட்ட *Keep it Simple, Stupid* சித்தாந்தத்தைப் பேசினேன்.

இந்தச் சித்தாந்தம் என்னை மிகவும் கவர்ந்த ஒன்று.

எல்லா சாத்தியங்களையும் ஒருசேர யோசித்து, அதன் கிளை பாதிப்புக்களைப் பட்டியலிட்டால்.....?

ஒன்றும் நிகழாது. மண்டை காயும்.

எதையும் எளிமையாக்கிப் புரிந்துகொண்டு அதன் தீர்வைத்தேடுவது ஸ்லாக்கியம் என்கிறார் கெல்லி ஜான்சன்.

ஒரு மணி நேரம் இந்தப் போட்டியை எப்படி சமாளித்தால் மார்க்கெட் ஷேர் அடிபடாமல் மிஞ்சும் என்று ஆலோசித்து விட்டுப் புறப்பட்டேன். எப்போதும் போல கடைசி பத்து நிமிஷம் கொஞ்சம் அக்கப்போர் பேசினோம்.

"என்ன சார்! இந்த எலெக்ஷன் எப்படி இருக்கும்னு நெனக்கிறீங்க?"

நான் சொன்னதை இங்கே எழுத முடியாது.

"ரகு சார்! எப்போதுமே நேர்த்தியான டிரெஸ் பண்ணுவார்!"

"சார்! நாந்தான் இந்த மீட்டிங்குக்கு சார்ஜ் பண்ணப் போறதில்லைன்னு சொல்லிட்டேனே!"

"அடேடே! அதில்லை சார்! நா பாத்துண்டுதானே இருக்கேன்! நீங்க எப்பவும் டக்-இன் பண்ணி, பெல்ட் போட்டு, மாச்சிங் ஷர்ட், பாண்ட், ஷூன்னு ரொம்ப ஃபார்மலாத்தான் வர்ரீங்க!"

கொஞ்சம் கித்தாய்ப்பாக புன்னகைத்துவிட்டுப் புறப்பட்டேன்.

கீழே வந்து பார்த்தால் அமெரிக்க எம்பஸியின் விசா க்யூவின் பிற்ச்சேர்க்கை கூட்டத்தில் என் காரைக் காணவில்லை. ஒரு வழியாக எங்கோ ஆயிரம் மைல் தள்ளி பார்க் செய்திருந்த என் டிரைவரை ஃபோனில் விளித்துவிட்டுக் காத்திருந்தேன்.

ஒரு வயதான கிராமத்துக்கிழவர் தோற்றத்துடன் மெதுவாக, கொஞ்சம் தள்ளாட்டத்துடனே நடந்து வந்து கொண்டிருந்தார். எதிரே அப்போலோ ஹாஸ்பிடலிலிருந்து வந்தவர் போலும்.

தெருவில் மெதுவாக நடந்து வந்தவரை விஸா க்யூவுக்கும், எதிர்ப் பக்கம் வரிசையாக பார்க் பண்ணியிருந்த வண்டிகளுக்கும் இடைப்பட்ட சிறுத்துப்போன தெருவில் ஆட்டோக்காரர் "யோவ்! பெருசு பாத்துப்போய்யா" என்று சத்தாய்த்தார்.

அந்த கிராமத்துப் பெரியவர் காருக்காக எதிரேயே காத்துக்கொண்டிருந்த என்னிடம் வந்தார்.

"இன்னா கூட்டமா நிக்கிறாங்க? ஏதும் போராட்டமா?"

"இல்லை இல்லை, அமெரிக்க விஸாவுக்காக."

"என்னாது?"

"வெளிநாடு போகறதுக்காக!"

"அங்க போயி...?"

"வேல தேடிப்போறாங்க பெரியவரே!"

"என்னாது வேல தேடியா? வெளிநாட்டுக்கா?"

"அங்க இன்னாத்துக்குப் போவுறது? எங்கூருக்கு வரச்சொல்லுங்க! இதுல நாப்பது பேருக்கு நா தரேன் வயக்காட்டுல வேல! நம்மூர்ல இல்லாத வேலயா? என்னவோ கிரகம்தான் போ!"

தனக்குத்தானே முணுமுணுத்துக்கொண்டே போய்விட்டார்.

சற்று முன் அந்தக் கம்பெனியில் விலாவாரியாக ரெண்டு மணி நேரம் Keep it Simple, Stupid பற்றி நான் பேசினதை நினைத்துப் பார்த்தேன்.

என்ன, அந்தக் கிழவர் அழுக்கு வேஷ்டியும் ஈர மண் வாசனையடிக்கும் வெண்மஞ்சள் சட்டை மட்டுமே அணிந்திருந்தார்.

என் உடை பற்றிய உரையாடல் நினைவுக்கு வருவதைத் தவிர்க்க முடியவில்லை.

பாரத நாடு, தனித்தமிழ் நாடல்ல!!

"சார்! எங்க நிகழ்ச்சிக்கு நீங்கதான் தலைமை, ஆம் தலைமைதான், தாங்கணும்! பிரின்ஸிபாலே கட் அண்ட் ரைட்டா சொல்லிட்டாரு!"

ஒரு இன்ஸ்டிடூட் ஆஃப் மானெஜ்மெண்ட்டிலிருந்து எனக்கு போன்..

"அது கட் அண்ட் ரை இல்லை. Cut and Dried" என்று சொல்ல அவர் இடமோ நேரமோ தரவில்லை.

என்னிக்கு ஈவண்ட்?"

"நாளைக்கு!"

தொபக்கென்று மொபைல் போனைக் கீழே போட்டுவிட்டேன்.

யார் யாரையோ கேட்டிருப்பார்கள். ஒருத்தரும் பெயரவில்லை என்றதும் என்னிடம் வந்துவிட்டார்கள் என்பது உ கை நெ.

"எம் பொண்ணு சினிமால நடிச்சா எம் பேரு என்னாவுறது?"

"என்னய்யா பெரிய பேரு இருக்கு ஒனக்கு?"

காதலிக்க நேரமில்லை நாகேஷின் மாதிரி என்னை கூப்பிட்டாங்களே அதே பெரிசு என்று ஒப்புக்கொண்டேன். Corporate Expectations from Fresh Graduates என்கிற தலைப்பில் பேச வேற வேண்டியிருந்தது. என்னத்தையோ ஒப்பேத்தி சமாளித்தேன் என்று வைத்துக்கொள்ளுங்கள்.

அந்த விழாவில் நான் கவனித்த சுவாரஸ்யங்கள்!

அன்று மட்டும் எல்லா பெண்களும் ஒரே மாதிரி வெண்பட்டில் புடவை உடுத்தி அசௌகரியமாக இருந்தார்கள். பையன்கள் கோணாமாணாவென பிளேசர், ஆனால் கீழே அதே அழுக்கு நுனி கிழிந்த ஜீன்ஸ்!

பெண் லெக்சரர்கள் மாணவிகளை நட்போடு நடத்துவதை கவனித்தேன். கொஞ்சம் சுமாரா இருந்த, நெற்றியில் அதென்ன அப்படி ஒரு பொட்டு, லெக்சரர் மேமுடன் கூடிக்கூடி ரகசியம் போலப் பேசிச் சிரித்துக்கொண்டிருந்தார்கள்.

ஆனால் ஆண் லெக்சரர்கள் பையன்களை வாடா போடா என மிரட்டிக்கொண்டிருந்தார்கள்.

வாசலில் ரிசப்ஷனில் ஏதோ ஒரு கூழாங்கல் சாக்லேட். சனியன், அசட்டுத்தித்திப்பு! வாயில் போட்டுக்கடித்தால் முதலில் மேல் பல்லில் ஒட்டிக்கொண்டு வர மாட்டேன் என்று பிடிவாதம். ஒரு வழியாக நாக்கால் நெரடி, நடுவாய்க்குக் கொண்டு வந்து இன்னொரு கடி கடித்தால், இந்த முறை கீழ்ப்பல்லில்! சற்றே மரியாதையான தூரத்தில் என்னுடன் நடந்து வந்த டைரக்டருடன் ஏதோ வெற்றிலை போட்ட வாயுடன் உபரி “ழ”க்களுடன் போல பேசவேண்டியதாகிவிட்டது.

வெளி காலேஜ் பசங்களுக்கும் பங்கேற்பு உண்டு. ஆனால் முடிச்சு முடிச்சாய் பையன்கள் கீழ்ப்பார்வை பார்த்துக்கொண்டு கூடிப்பேசிக்கொண்டிருந்தது மானேஜ்மெண்ட் சப்ஜெக்டாக இருக்க வாய்ப்பில்லை என்பது தெரிந்தது.

ஆர்கனைசர் ரவி என்னும் எம்பிஏ மாணவர் பொண்டுகள் பக்கம் அதீதமாக குசலம் விஜாரித்துக்கொண்டிருந்தாலும் ஜாஸ்தி சொதப்பாமல் நடத்தினார்.

இந்த வயசில் மாணவிகள் கூட்டம் வந்தாலே நம்ம பசங்கள் குஷியாகிவிடுகின்றனர். சீரியஸ் சப்ஜெக்டெல்லாம் பேசினால் லேசாகக் கைதட்டி முதலில் ஒரு வார்னிங் விடுகிறார்கள், நிறுத்தாவிட்டால் ஊய் ஊய் தான்! முதல் பத்து பன்னிரெண்டு ரோ தவிர பின் ரோக்களில் நின்றுகொண்டும் பேசிக்கொண்டும் ஒரு வித சுஷுப்தி அவஸ்தையில் ஊடாடிக்கொண்டிருந்தனர்.

பிரின்சிபால் மற்றும் டீன் பேசும்போது அதிக டெசிபல்களில் ஊய்! நானே தேவலை!

விஷயம் அது இல்லை.

இத்தனை குழப்ப சப்தங்களோடு நிகழ்ச்சி நடந்தாலும் இறுதியில் தேசிய கீதம் அறிவித்தபோது க்ஷணத்தில் ஏற்பட்ட அந்த ஆச்சரிய அமைதி... அத்தனை பேரும் ஒருசேர எழுந்து நின்று மரியாதை செலுத்தின பாங்கு.........

தனித்தமிழ் நாடெல்லாம் வெறும் கனவுதான் என்பதை நிரூபித்துக்கொண்டிருக்கும் நம்ம யூத்......

நம்ம யூத்துதான்!

குழந்தை

நான் போன வாரம் வியாழக்கிழமை அடையாறில் அந்தக் கோவிலுக்குப் போய்ச்சேர்ந்தேன்.

செம கூட்டம்.

இடித்து நகர்ந்து தரிசனம் பண்ணிவிட்டு பின் ஹாலில் ப்ரசாதம் தருவார்களே, அங்கு போனேன்.

பெரிய க்யூ. ஆளுக்கொரு பேப்பர் தட்டைக் கையில் கொடுத்து மெதுவாக நகர்ந்தால் அந்த மூணு ஆளை அடித்துப்போடலாம் போல இருக்கும் பாத்திரத்தில் பொரிந்து போகும் அளவுக்கு சூடான சாம்பார் சாதம் மற்றும் அதே சூடாக தயிர் சாதம் போடுவார்கள். மோர்மிளகாயெல்லாம் போட்டு ஆரோக்கியமாக இருக்கும்!

அந்த க்யூவில் எனக்கு முன்னால் ஒரு பெரியவர், கூடவே அவர் மனைவி. பட்டு வேஷ்டி கட்டி, கறுப்புக்கட்டம் போட்ட கதர் ஜிப்பா ஆசாமி. தொண்டை எட்டூருக்குக் கேட்கும் போல பேசிக்கொண்டிருந்தார்.

"இந்தக் கோவில்ல ரொம்ப விசேஷம் இந்தப் பிரசாதம்தான். இத மட்டும் வாங்கி சாப்பிட்டா ஒரு நோய் நொடி வராது, தெரியுமோ?"

“என்ன சம்பாதிச்சு என்ன? மாசம் ஒரு தரம் இந்த மாதிரி எந்தவித கர்வமும் இல்லாம க்யூவுல நின்னு கையேந்தி சாப்பிடற போது நீ இவ்ளோதாண்டான்னு அந்த பாபாவே சொல்றா மாதிரி இருக்கும்!”

“நாம கூட ஒரு நாள் இந்த மாதிரி சமைச்சு எடுத்துண்டு வந்து எல்லோருக்கும் தர்மம் பண்ணணுண்டி”

“குடுக்கறதுல இருக்கற சந்தோஷம் வேற எதுல இருக்கு?”

நான் அவர் பின்னால் நின்று சுவாரஸ்யமாகக் கேட்டுக் கொண்டிருந்தேன்.

பிரசாதம் விநியோகிக்கும் இடத்தை நெருங்கியதும், அவர் மனைவி தட்டில் பெற்றுக்கொண்டு நகர, இவர் முதலில் சாம்பார் சாதம் வாங்கிக்கொண்டார், அப்படியே அந்தத் தட்டை தயிர் சாதத்துக்கு நீட்டியவுடன், எதேச்சையாக கரண்டியிலிருந்து கொஞ்சமாக தட்டில் விழுந்தது. இவர் நகராமல், “என்ன இவ்வளவு கொஞ்சமா போடறேள், இன்னும் ஒரு கரண்டி போடுங்கோ” என்றார்.

“சார். இது ப்ரசாதம். ஒரு எடு எடுத்து தட்டுல விழறதுதான். இன்னும் எவ்ளோ பேரு க்யூவுல இருக்கா பாருங்கோ. நகர்ந்து போய்ண்டே இருங்கோ...”

நின்று விவாதம் பண்ண ஆரம்பித்தார்.

“இது சரியில்லை. அதெப்படி எனக்கு குறச்சலா போடலாம்?

மனைவி கூச்சத்தில் நெளிந்தாள்.

“வாங்கொ, அதான் என் தட்டிலெ இருக்கெ, இத நீங்க எடுத்துக்குங்கோ...”

“நீ சும்மா இரு! ஒரு டிஸிப்ளின் வாணாம்?”

“என்ன சார் டிஸிப்ளின் அது இதுன்னு... பாத்தா பெரிய மனுஷனாட்டமா இருக்கீங்க. ஏதோ ப்ரசாதம் கொஞ்சமா விழுந்ததுக்கு இத்தன பேச்சு பேசறீங்களே! க்யூ அப்படியே நிக்குது, போங்க சார் என்று அவரை விரட்டிவிட்டு அடுத்த ஆளைக் கவனிக்கலானார் அந்த ப்ரசாதம் கொடுப்பவர்.

அன்றைய கூட்டத்தினைப் பார்த்த இவர் மேலும் வ்யாபகம் பண்ண தைரியப்படவில்லை.

தட்டை எடுத்துக்கொண்டு சற்றுத் தள்ளிப்போய் நின்று கணவன் மனைவி சாப்பிட ஆரம்பித்தார்கள்.

நான் சற்றுப்பின்னால் நின்று சாப்பிட்டேன்.

"அயோக்கியப்பசங்க! நம்மூருல இப்படித்தான் ஒண்ணுத்துலயாவது நேர்மை கிடையாது."

"கோவில்ல வந்து இதெல்லாம் தேவையா?

சும்மா இரு, உனக்கொண்ணும் தெரியாது. நம்ம ஊருல துளிக்கூட டிஸிப்ளினே கிடையாது. பிட்ஸ்பர்க்கில நாம பாக்கல! என்ன சிஸ்டம், என்ன க்யூ! எப்படி எல்லோரும் நிதானமா வந்து ப்ரசாதம் வாங்கிக்கறா?

"எல்லாரும் பாக்கறா, பேசாம இருங்க."

"அடப்போடி! எல்லாருமே இந்தக் குட்டையில ஊறின மட்டைங்க தானே! இனிமே இங்கல்லாம் வரப்படாது! சாமி என்ன கோவிலுக்கு வா, அப்பத்தான் ஆசி தருவேன்னு சொல்றாரா என்ன? குளிச்சுட்டு வீட்டுலேயே சாமி படத்துக்கு முன்ன நின்னு ரெண்டு நிமிஷம் வேண்டிண்டா போறாதோ?"

நான் வாசலுக்கு வந்து செருப்பு டோக்கன் எடுத்துக்கொடுத்துக் காத்திருக்கும்போது அந்தப் பெரியவர் குரல் பக்கத்தில் கேட்டது.

"யோவ்! என்னய்யா பிச்சை, கோவில் வாசல்ல! கோவில்னா நிம்மதியா சாமி கும்புட விட மாட்டீங்களா? ஒரே பிச்சைக்கார கும்பல்! தள்ளுங்கய்யா, விலகு."

மனைவி தலைகுனிந்து நடக்க, இவர் கத்தியவாறே போனார்.

அந்த வயசான குழந்தைக்காக ஒரு நிமிடம் வேண்டிக்கொண்டேன்.

சைக்கிள் ஓட்டக்கற்றுக்கொண்ட...

நேற்று மாலை வெயில் சாய்ந்த பிறகு அடுத்த கதையரங்கத்துக்கு என்ன எழுதுவது என்று அரிஸ்டாட்டில் கணக்காக யோசித்தவாறே வாசலில் நடைபயின்று கொண்டிருந்தேன்.

அம்மா இருந்தால் போட்டுத்தாக்குவாள்

"என்னடா! எந்தக் கோட்டையப் பிடிக்க இந்த யோஜனை?"

"இல்ல இந்த வாரக் கதையரங்கத்துக்கு என்ன எழுதலாம்னு...!"

"ஆமா ஒனக்குத் தெரியாதா? மூணு வருஷம் மின்னாடி எழுதினது எதையானும் எடுத்து மீள்னு போட்டுடு! இல்லேன்னா இருக்கவே இருக்கு, ஆர்தர் ஹெய்லி சிட்னி ஷெல்டன்னு லவட்டி எழுதிடு! இதுக்கென்ன தரயத்தேச்சுண்டு யோஜனை!"

சட்டென்று யோசனை கலைந்தது.

தெருவில் டமேலென்று சத்தம். எதிரே இருக்கும் அக்ஷயா அப்பார்ட்மெண்ட் குழந்தை ஒன்று தத்தக்க பித்தக்கா சைக்கிள் ஓட்டித் தடுமாறி விழுந்து நொண்டிக்கொண்டே என்னைப் பார்த்த காரணத்தால் அழுகையை அடக்கிக்கொண்டு சென்றது.

ஆறாவது படிக்கும்போதுதான் நான் சைக்கிள் ஓட்டக் கற்றுக்கொண்டேன். எனது குரு, பிறவிப்பெருமாள் என்னும் ஒரு வருட சீனியர். என்னைவிட அரையடி குள்ளம். ஆனாலும் அப்போதே 24-இஞ்ச் சைக்கிளை சாலாக்காக ஓட்டி வருவான்.

உசரத்தில் பாச்சைக்குஞ்சுபோல ஒட்டிக்கொண்டு, ஆனால் லாகவமாக பெடல் பண்ணி நகர்த்திவிடுவான்.

அவன் சைசுக்கும் அந்த சைக்கிள் உயரத்துக்கும் குரங்குப்பெடல்தான் அவனுக்குத் தோது. ஆனாலும் வீரத்தமிழ் மரபின் மிச்ச சொச்சமான பிறவிப்பெருமாள் ஒருநாளும் குரங்குப்பெடலுக்கு சம்மதித்தானில்லை.

அடச்சே! எப்போதும்போல எழுத ஆரம்பித்துவிட்டேன். இது பற்றி எழுதலாமா என்று யோசிக்கும்போதே என் மனசாட்சி கொஞ்சம் உரக்கவே சொல்லிற்று.

“டேய்! பார்த்துச் செய்! ஏதோ வாத்யார் சுஜாதாவுடன் நாற்பது வருடப் பழக்கத்தால அவரோட உபயத்துல என்னத்தையோ எழுதி ஒட்டிண்டு இருக்கே. சைக்கிள் ஓட்டுவது பத்தி அவரே ரகளையாய் எழுதிட்டார். நீ பிறவிப்பெருமாள், காந்திநகர் அப்புறம் ஏதானும் பெண் பிள்ளைன்னு அடையாறு லோக்கல் சமாச்சாரங்கள் பார்த்ததும் கேட்டதும்னு போட்டு எழுதினாலும், நாயடி பேயடி படுவ!

//இருப்பதிலேயே லொடக்காணீ சைக்கிளைத்தான் ராஜு தருவான்??

// “ஹெட்மாஸ்டர் பையன்தான் எப்போதும் முதல். அவனை ஒருமாதிரி சைக்கிளில் கோணல் மாணலாய் ஏற்றிவிட்டு சுந்து ஒரு பக்கமாய் சீட்டைப்பிடித்துக்கொண்டு கூடவே ஓடிவர, சைக்கிள் சங்கத்தின் மற்ற அங்கத்தினர்கள் நாங்கள் எதற்கோ பின்னாலேயே ஓடுவோம்”//

//பின்னாளில் அப்பாவை எனக்கு நீ ஏன் சைக்கிள் வாங்கித்தரலைன்னு கேட்டபோது, “அப்ப நிஜமாவே எங்கிட்ட காசு இல்லேடா” என்றார்//

இந்த அபார வரிகளை, கிட்டத்தில் இல்லை, தூரத்தில் கூடத்தொட இயலாது என்கிற முழுப்பிரக்ஞை காரணமாய் எழுதாமல் இத்தோடு விட்டு இந்த வார கதையரங்கத்துக்கு என்ன பண்ணலாம் என்று மீண்டும் நடக்க ஆரம்பிக்கிறேன்.

போஸ்டரில் பேர்

ஜெ.ரகுநாதன், ராணிமெய்யம்மை உயர்நிலைப் பள்ளி, அடையாறு,

மார்க்: 522 / 600

தமிழ் நாட்டில் 9வது ராங்க்

முதன் முதலில் என் பேர் பேப்பரில் வந்த உத்தம தினத்து சந்தோஷம் இன்னும் என் மனசில் மிச்சம் மீதி இருக்கிறது.

"எங்க ரகு பேர் பேப்பர்ல வந்திருக்கு" என்று குழந்தையாக பக்கத்து வீட்டுக்காரர்களிடம் பெருமை பேசின, வாயெல்லாம் பல்லாக முகம் முழுக்க சிரிப்பாக வளைய வந்த அம்மாவின் முகமும் கூடவே மனதில்.

நாரத கான சபா போகும் வழியில் அடையாறு டெர்மினஸுக்கு எதிரில் சிக்னலில் கார் நின்றபோது பின் சீட்டிலிருந்து லதா வீலென்ற கூச்சலுடன் "காமரா காமரா" என்று சொல்ல, பதட்டத்துடன் இடது பக்கம் பார்த்தால் ஒட்டியொட்டிப் பல போஸ்டர்கள்!

அபயரங்கதிலகா!

என் பெயருடன் மழை நீர் ஒழுக வெயிலில்லாத காலையில் பளபளத்ததைப் பார்த்தேன்.

"K V Srinivasan was ably supported by Rangarajan and Ambi sundar!"

"எத்தனையோ முறை பின்னால் பேப்பரிலும் பத்திரிகைகளிலும் பேர் மற்றும் என் போட்டோ வந்துவிட்டது. இருந்தாலும் முதன் முதலில் இந்தியன் எக்ஸ்பிரஸில் என் பேரைப் பார்த்த சந்தோஷம் பிறகு கிடைக்கவேயில்லை!"

முதல் முதலில் பேப்பரில் தன்னுடைய பேர் வந்த தினம் பற்றி சிலிர்த்து எழுதின சுஜாதாவை இன்று நினைத்துக்கொள்கிறேன்.

சுஜாதா போல எனக்கும் இந்த நாள் மறக்காது.

என்ன, அவருக்கு ஸ்ரீரங்கம். எனக்கு அடையாறு!

அவருக்கு இந்தியன் எக்ஸ்பிரஸ்: எனக்கு அம்பிகா அப்பளம் சிக்னல் தெரு முக்கு.

அவருக்கு முதன் முதலில் பேப்பரில் பேர்: எனக்கு முதன் முதலில் போஸ்டரில் பேர்!

"எங்க ரகு பேர் போஸ்டரில் வந்திருக்கு!"

தேவலோகத்தில் அம்மா வாயல்லாம் பல்லாக வளைய வருவாளோ!

பாஸ்போர்ட் விவகாரம்

ஸ்ருதி கார்மேகம் அனுபவத்துடன் இழைந்துகொண்டிருந்த எனக்கு இந்த பாஸ்போர்ட் விவகாரம் இன்னொரு அனுபவத்தை வைத்துக்கொண்டு காத்திருக்கிறது என்பதை அந்த அமிர்தாஞ்சன் பாட்டிலுக்கு அருகில் உட்கார்ந்துகொண்டிருந்த விதி சொல்லவே இல்லை.

தொள்ளாயிரத்து எண்பத்திரெண்டில் முதல் முதலில் பாஸ்போர்ட் அப்ளை பண்ணும்போது போலீஸ் வந்து வெரிஃபை பண்ணுவார்கள் என்று பயத்துடன் காத்திருந்த நாட்களில், கொடுவாள் மீசையுடன் வந்த அந்த போலீஸ்காரர், “கொஞ்சம் குலோப்ஜான் பண்ணிக்கொடுங்கம்மா” என்று கேட்டு வாங்கி சாப்பிட்டு, மறக்க முடியாதவராக ஆகிப்போன கதை பின்னொரு நாளில் சொல்கிறேன்.

உலகில் ஒரு மூலை முடுக்கு விடாமல் Khartoum, Addis ababa என்றெல்லாம் சுற்றி ஐந்து பாஸ்போர்ட் புத்தகங்களாகியிருந்த எனக்கு வெறும் additional booklet என்பது ஜுஜுபி சமாச்சாரம் என்றுதான் நினைத்துக்கொண்டிருந்தேன்.

தப்பு!

அப்படி இல்லையாம். ஆறே வயது சொல்லக்கூடிய என் குழந்தை முகத்தைப் பார்த்தபின்னும் மறுபடியும் போலீஸ் செக்கிங் உண்டு என்றார்கள்.

நான் குலொப்ஜான் மிக்ஸ் வாங்கக் கடைக்கு ஓடினது ஒரு சுவாரஸ்யம்...

குளித்து தலை துவட்டிக்கொண்டிருந்த நேரம் அபூர்வமாக லேண்ட் லைன் மணி அடிக்க, என்னவென்று பார்த்தால் போலீஸ். கட்டைக்குரல்.

"கண்ணன் பேசறேன். அடையாறு போலீஸ் ஸ்டேஷன்லேருந்து. இன்னும் அரை மணில வூட்டாண்ட வருவேன். நீங்க ரேஷன் கார்டு போட்டோ காப்பி எடுத்து வெச்சிருங்க!"

லதா *MTR* பாக்கெட் திறந்து மாவு பிசைய ஆரம்பித்தாள். நான் அவசரமாக டிரஸ் செய்துகொண்டு தயாராக இருந்தேன்.

பத்து மணி வரை ஆசாமி வரவேயில்லை. லேட் ஆனதால் நான் கிளம்பிவிட்டேன். நான் தெருமுனை தாண்டியிருக்க மாட்டேன் வந்துவிட்டாராம் அந்த போலீஸ் கண்ணன்.

நடந்த உரையாடல் மாலை எனக்குத் தெரிவிக்கப்பட்டது:

"அடேடே! சார் இப்போதான் கெளம்பிப்போனார்!"

"என்னது கெளம்பிட்டாரா? நாந்தான் இன்னிக்கு வருவேன்னு சொன்னேனே?"

"இவ்வளவு நாழி காத்துண்டுதான் இருந்தார். இப்போதான்..."

"சரி, நான் இப்போ கெளம்பறேன், அவரை ஆறு மணிக்கு ஸ்டேஷன்ல வந்து என்னப் பாக்கச்சொல்லுங்க!"

அன்று ஷ்ரத்தா நாடகம். பார்க்க வேண்டிய ஆவல். போலீஸ் ஸ்டேஷன் போகவில்லை.

இன்று காலை எட்டு மணிக்கு அதே கண்ணன் போன்.

"என்ன சார், பாஸ்போர்ட் வாணாமா?"

"இல்ல நேத்திக்கு வரும்போதே லேட்டாயிடுச்சி. அதான்....!"

"இன்னும் பாஞ்சு நிமிஷத்துல நானே வரேன்!"

வந்தார்.

ஆறடி உயரம். நல்ல ஆகிருதி. நீண்ட மீசை. நீளவாட்டில் கோடு போட்ட சட்டை. போலீஸ் காக்கி பான்ட். கையில் கொத்து பேப்பர் கட்டு.

"சார் நல்லா இருக்கீங்களா?"

"ஓ! நல்லா இருக்கேன் சார். உள்ள வாங்க!"

"பரவாயில்ல. இப்படி திண்ணை மேலேயே உக்காந்துக்கறேன். இந்த மாதிரி திண்ணை வெச்ச வீடு இப்போ எங்க இருக்கு!"

ஷூசைக் கழட்டிவிட்டு உட்கார்ந்தார்

"நீங்களும் உட்கார்ந்துக்கங்க!"

சில இடங்களில் கை எழுத்து வாங்கினார். இடது பெருவிரல் ரேகை என்று அதையும் பதித்துக்கொண்டார்.

"சரி வரேன்" என்று சட்டென்று கிளம்பிவிட்டார்.

"காபி சாப்பிட்டுவிட்டுப் போலாமே!"

"இல்ல சார், நான் ட்யுட்டில இருக்கேன். அதோட உங்க எதிர்ல..."

எனக்கு ஒரே ஆச்சரியம்.

"அதனால என்னங்க. காபிதானே? சாப்பிடலாம்!"

தயாராக இருந்த லதா காபி கொடுக்க வாங்கி கொஞ்சம் நகர்ந்து போய் அவசரமாக சாப்பிட்டார்.

மிகுந்த மரியாதையுடன் திருப்பிக் கொடுத்தார்.

"சாரி மேடம், சார் நேத்திக்கு கொஞ்சம் ஸ்வாதீனமா பேசிட்டேன். வித்யாசமா எடுத்துக்காதீங்க!"

நிச்சயம் எனக்கும் லதாவுக்கும் புரியவில்லை.

"நீங்க என்ன சொல்றீங்கன்னு தெரியல. நா கவர்ன்மெண்ட் ஆசாமியெல்லாம் இல்லை கண்ணன்!"

“தெரியும் சார். நேத்துதான் உங்க டிடைல்ஸ் எல்லாம் படிச்சேன். நீங்க எனக்கு மூன்று வருஷம் சீனியர்!”

“நானா? உங்களுக்கா? எப்படி கண்ணன்?”

“சார் நீங்க ராணி மெய்யம்மை ஸ்கூல்தானே?”

“அட! ஆமாம்!”

“எனக்குத் தெரியும் சார். நீங்க ஸ்கூல் பர்ஸ்ட். ஸ்டேட்ல வேறு ராங்க். TK சார், குருகோவிந்த் சார், அப்புறம் கற்பகம் டீச்சர் எல்லாம் உங்க பேரைச் சொல்லித்தான் எங்களுக்கெல்லாம் பாடம் எடுத்தாங்க. என்னால எப்படி சார் மறக்க முடியும்!”

நான் படிக்கும்போதும் சில நல்ல மாணவர்கள் பெயரைச்சொல்லி டீச்சர்கள் பாடம் எடுத்தார்கள். எனக்கு ஒரு பெயரும் நினைவில் இல்லை.

“சார்! ஏதானும் ப்ராப்ளம்ன்னால் தயங்காம எனக்கு ஒரு போன் அடிங்க. என்னால முடிஞ்ச உதவி பண்ணறேன். வரேன் சார்!”

அவருடைய மோட்டார் சைக்கிள் புகை கலைந்த பின்னும் எனக்கு என் மேல் வருத்தமும் அவர் மேல் மதிப்பும் கூடியது என்பதை ஒத்துக்கொள்ளத்தான் வேண்டும்.

ரேஷன் கடை

வீகே ராமஸ்வாமி வாசல் திண்ணையில் உட்கார்ந்திருப்பாரே, அந்த வீட்டுக்கு எதிர்ப்புறம் நாலாவது வீடு. வீடு என்றால் வீடில்லை, வீட்டை ரேஷன் கடையாக மாற்றி இருந்தார்கள். இப்போதில்லை, நான் சொல்வது, அது இருக்கும் நாற்பது நாற்பத்தைந்து வருஷங்கள்.

அம்பிகா அப்பளம் சிக்னலிலிருந்து நேரே உள்ளே வந்தால், ஹெல்த் அண்ட் க்ளோ கடைக்கு அப்போது அங்க இருந்த பங்களாவுக்கு தேக்குமல்லா என்ற வினோத பெயர் - நேர் எதிரே போகும் கஸ்தூரிபா நகர் மூணாவது மெயின் ரோடு. காலை வேளைகளில் பார்த்திருக்கிறேன்,

அந்தத் திண்ணையில் வெள்ளையில் நீலக்கோடு போட்ட லுங்கி, கை வைத்த காலர் இல்லாத தியாகி பனியனுடன் உட்கார்ந்திருப்பார். சில சமயம் கையில் சிகரெட் புகைந்து கொண்டிருக்கும். அப்பாவின் கையைப்பிடித்து நடந்து போகும்போது அப்பா அவரைப்பார்த்து புன்னகை போல ஒன்றைச்சிந்த, அவரும் தலையை ஆட்டி ஆமோதிப்பார்.

“யாருப்பா அது?”

“போன வாரம் ஈராஸ்ல பாத்தோமே, அந்த சினிமாவுல வருவாரே!”

“அவர் ஏன் இங்க உக்காந்துண்டு இருக்கார்?

என்னடா கேள்வி இது? அவா வீடு!”

திரும்பித்திரும்பிப் பார்த்துக்கொண்டே ரேஷன் கடைக்குப் போவேன். பாதி சமயங்களில் திரும்பி வரும்போது இருக்க மாட்டார். ஏமாற்றமாக இருக்கும்.

ரேஷன் கடை அப்போதே என்னை ஈர்த்தது நினைவு இருக்கிறது.

இரண்டரை கிரௌண்டு பரப்பில் சின்னதாக நடுவில் சொப்பு மாதிரி அந்தக் காலத்திய சிடி இம்ப்ரூவ்மெண்ட் ட்ரஸ்டின் கட்டடம். மஞ்சளில் கோபி அடித்திருப்பார்கள். இந்தப் பக்க ரூம் ஜன்னலில் கம்பிகளின் வழியாக கார்டைக் கொடுத்து காசு வாங்கி எழுதித்தருவார்கள். பின்னர் வாசல் திண்ணைக்குப்போனால், வெராண்டாவில் ஒரு எண்ணெய்ப் பிசுக்குப்படிந்த நீள பெஞ்ச் போட்டு தடுப்பு ஏற்படுத்தி, பின்னால் ஆசாமிகள், சர்க்கரை, அரிசி, கெரஸின் எல்லாம் எடுத்துத் தருவார்கள்.

அந்த அரிசி தரும் ஆள், இல்லை, பெரிய பையன், லாகவமாக தராசிலிருந்து அரிசியைப் பையில் கொட்டுவான். அந்த டெக்னிக்கை நான் வீட்டில் பண்ணப்போய் சமையல் ரூம் முழுக்க அரிசி சிதறி அம்மாவிடம் மண்டகப்படி.

“கையில கொஞ்சமானும் லாகவம் இருக்கோ? பரபரன்னு ஒரு அவசரம் எல்லாத்துக்கும்!”

பழமொழியெல்லாம் சொல்லி வைவாள். கொஞ்ச நேரம் மூஞ்சியைத் தூக்கி வைத்துக்கொண்டால், தானே இளகிவிடுவாள்.

“போனாப்போறது, அடுத்த தரம் சரியாக்கொட்டு! இந்தா!”

நாலு முந்திரி இல்லை, கருந்திராட்சை இனாம்!

ரேஷன் கடைக்கு உள்ளே எப்போது இருட்டாகவே இருக்கும். கிருஷ்ண பரமாத்மா போல அவ்வப்போது ஆசாமிகள் வெளியே வந்து நாம் காத்திருக்கும் சாமான்களை அளித்துவிட்டு மறைவார்கள்.

மூன்று நாட்கள் அடித்துப்பெய்த ஒரு மழை நிரம்பிய நவம்பர் மாதம் அம்மா என்னை விரட்டினாள்.

“போய் நம்ம ரேஷன் கடையில க்யூவுல நின்னுக்கோ! சமையல முடிச்சுட்டு நா பின்னாடியே வந்துர்ரேன்!”

அம்மா வந்து க்யூவில் சேர்ந்துகொண்டாள்.

ரேஷன் கடை ஆசாமி பத்திச் சொல்ல வேண்டும்.

நல்ல தாட்டியான ஆகிருதி. வேஷ்டியை முழங்காலுக்கு மேலே தூக்கி, பின்னாளைய ராஜ்கிரண் ஸ்டைலில் கட்டியிருப்பார். அழுக்கான முண்டா பனியன். கழுத்தில் சிவப்பாக ஒரு மணிக்கயிறு கட்டியிருப்பார். முகத்தில் எப்போதும் மூணு நாள் தாடி. சுலபமாகச் சிரிப்பார். சிரிக்கும்போது கண்களின் இருபுறமும் சதை மேலே தூக்கி வசீகரமாகவே இருக்கும். புஸ்தி மீசை. நட்பான முகபாவம். என்னைப் பார்க்கும்போதெல்லாம் சிரித்து ஒன்றிரண்டு முந்திரி, திராட்சை தருவார்.

அரிசிக்காக காத்திருந்த சமயத்தில் அன்று வாசலில் தலை விரி கோலமாக ஒரு பெண் ஓடிவந்து ஏதேதோ சத்தமாக திட்ட ஆரம்பிக்க இருந்த சின்ன கூட்டம் வேடிக்கை பார்த்தது. அவள் யாரையோ கன்னபின்னாவென திட்ட, கெட்ட வார்த்தைகள் இரைந்தன. அரிசி எடுத்துக்கொண்டு வந்த ஆசாமியைப்பார்த்ததும் அந்தப்பெண் ஓடி வந்து அவனை இழுத்து, பனியனைக்கிழித்து, அடிக்க முயற்சித்து, அவன் திமிற, மறுபடி அடிக்க என்று ரகளையாகிப்போனது.

எப்போதும் சிரித்த முக ஆசாமியின் அன்றைய உருவம் இன்னும் சில சமயம் எனக்கு கனவில் வரும். கோபம், வெறி, முரட்டுத்தனம். அன்று அவன் அந்தப் பெண்ணை அடித்து, தலை முடியைப்பற்றி தர தரவென இழுத்து ரேஷன் கடை வாசல் வரை போய் விரட்டிவிட்டு, ஒண்ணுமே நடக்காதது போல சிரிக்க முயற்சித்தது எனக்கு அந்த வயதில் புரியவேயில்லை.

திரும்பி வரும்போது அம்மாவைக் கேட்டேன்.

“அதொண்ணுமில்லைடா! அவளோட சின்னக்குழந்தைக்கு உடம்பு சரியில்லை. இவன் அதைக் கவனிக்காம கடைக்கு வந்துட்டான்னு அவளுக்குக் கோவம். சரி, நமக்கென்ன ஊர் வம்பு! திங்கக்கிழமை ஜாக்ரஃபி டெஸ்டுன்னியே, படிச்சியா? கேள்வி கேக்கலாமா?”

அதற்குப்பிறகு அம்மா என்னை அதிகம் ரேஷன் கடைக்கு அனுப்பவில்லை.

பின்னால்தான் தெரிந்துகொண்டேன். இந்த ஆள் ரேஷன் கடையில் வேலை செய்யும் இன்னொரு பெண்ணை..........

சரி, இன்னிக்கு என்ன ரேஷன் கடை பத்தி வ்யாசம் என்று கேட்கிறீர்களா?

காலையில் அந்தத்தெரு பக்கம் வாக்கிங் போனேன்.

இடித்துக்கொண்டிருக்கிறார்கள்.

முழங்காலில் தொள தொளா....

அன்னிக்கி வெள்ளிக்கிழமை. கிளம்பும்போதே அம்மா சொல்லி அனுப்பினாள்.

“வெயிட் பண்ற நேரத்துல ஆதித்திய ஹிருதயம் சொல்லிண்டு இரு! படபடப்பு இல்லாம இருக்கும்!”

பன்னிரெண்டு மணி இண்டர்வியூவுக்கு பத்தேகால் மணிக்கே ஹோட்டல் கன்னிமரா போய்ச்சேர்ந்துட்டேன். லவுஞ்சிலேயே குளிரிற்று. 49 கிலோ உடம்பில் ஒட்டின பாண்ட்டும் இன் செய்யப்பட்ட அந்த க்ரே கலர் சட்டைப் பையின் ஓரத்தில் பால் பாயிண்ட் இங்க் கறை லேசாகத் தெரியும் - முழங்கால் வரை நீளும் சாக்ஸும் பாட்டா ஷூவுமாய்க் கிளம்பியிருந்தேன்.

“என்ன எப்பப்பாரு இந்த கிரே கலர் சட்டை, தெவசமாட்டமா? போன மாசம் சாரங்க்பூரில் வாங்கினமே அந்த எல்லிட்ரோப் சட்டை என்னாச்சுடா?”

“இல்லம்மா அது லக் இல்ல! போன வாரம் அதப் போட்டுண்டுதான் போனேன். பார்ட்னர் கிட்ட செம்ம திட்டு!”

“போடா! அவர் கேட்ட கேள்விக்கு பதில் தெரியாம முழிச்சுட்டு சட்டை மேல் பழியா?”

இன்னும் பேசினால் பழைய வண்டவாளங்கள்ளாம் எடுத்து விடுவாள். சட்டென்று கிளம்பி, இதோ ஹோட்டல் கன்னிமரா.

ஒண்ணரை மணி நேரம் தேவுடு காத்து, இண்டர்வியூவில் நுழைந்தால் முதல் கேள்வியின்போதே கால் முட்டியில் ஜெல்லி தடவின மாதிரி தொளதொளக்க வைத்தது. இண்டர்வியூவில் நான் தேறினதும், ஹிந்துஸ்தான் லீவர் சேர்ந்ததும் பின்னாளைய சாகசங்களும் எழுதப்பட்டுவிட்டன. இப்போது சொல்ல வந்தது இந்த முழங்காலில் முட்டிக்கடியில் தொள தொள. அதென்னமோ தெரியவில்லை, முக்கியமான மீட்டிங்கிற்கென்றால் இந்த முட்டி தொள தொள எனக்கு வந்து விடுகிறது. சின்ன வயதில் கோரோஜனையும் பின்னாட்களில் வல்லரை லேகியமும் சாப்பிட்டு தத்தம் ஞாபகசக்தியை வெட்டுக்கத்தி போல கூர்மையாக வைத்திருக்கும் சிலர் என்னிடம் “அப்ப லதா உனக்கு சரி சொல்லும்போது இந்த தொள தொள வரவில்லையா” என்று கேட்பார்கள் என்று எனக்குத் தெரியும். அதற்கான பதிலை என் சுய சரிதத்தில் எழுதலாம் என்று இருக்கிறேன்.

கம்பெனி ப்ரெசெண்டேஷன், கமர்ஷியல் டைரக்டர் மீட்டிங், ஆடிட் ரிப்போர்ட்டுக்கு பதில், கஸ்டமர் முன்பு நெகோஷியேஷன் என்று பல்வேறு முக்கியமான சந்தர்ப்பங்களில் இந்த தொள தொள என்னை விட்டதேயில்லை. ஒரு மாதிரி இதற்கு என்னைத் தயார்படுத்திக்கொண்டுவிட்டேன் என்றுதான் சொல்லவேண்டும்.

நான் ஆரம்பித்த சாஃப்ட்வேர் கம்பெனியை விற்கும்போது அதற்கான வேல்யுயேஷன் மீட்டிங்கில் கூட தொள தொளதான்.

அமெரிக்க கான்ஸலேட்டில் சில வசீகர அனுபவங்கள்....

“ப்ளேன்ல போகும்போது உனக்குப் பெரிய சாக்லெட் வாங்கித்தர்ரேன்!” என்று சத்தியம் செய்த சிங்கிள் மதர்

“நீ அக்டோபர்ல போனவுடனே எனக்கு மெயில் பண்ணிடு. நா என்னோட டிக்கட்டை ஓஹையோ வழியா ரூட் பண்ணிக்கிறேன். நாம் சின்சினாட்டியில சந்திப்போம்” என்று க்யூவின் அடுத்த ஆளுடன் ப்ரொகிராம் போட்ட அலுமினியப் பட்டை பெல்ட் ஆசாமிக்கு விசா மறுப்பு! வருத்தம் இல்லாமல் கோபத்துடன் சிரித்தவாறே வெளியே போனார்.

எண்பது வயது இருக்கும், தெலுங்கு சாயல் மடிசார் கட்டின பாட்டி பொக்கைப்பல் தெரிய சிரிப்புடன் வெளியே வந்ததும், அமெரிக்கத்தனமாக பாண்ட்டும் பிங்க்கில் மேற்சட்டையும் கறுப்பு

கோட்டுமாய்ப்போன எக்ஸிக்யூடிவ் மாது கடுப்புடன் வெளியே வந்ததும் அமெரிக்க விசா வழங்கும் தன்மையின் ஜனநாயகமோ?

“இந்த டிசைன் முழுக்க என்னோடதுதான். எங்க கம்பெனியின் ஒரே டிசைனர் நாந்தான். இத அமெரிக்காவுல சொல்லித்தர்ரதுக்காக நான் போறேன்.

“உங்க டெசிக்நேஷன் என்ன?”

“அஸிஸ்டண்ட் சூபர்வைசர்!”

“மவனே! நீ முதல்ல இங்க படம் எடு! அப்புறமா அமெரிக்காவுல போய் எடுக்கலாம்” என்ற ரீதியில் விசா..........ஆம்! ரிஜக்ட்!

உள்ளே டிவியில் விசா சம்பந்தமான செய்திகளைத் தமிழிலும் தெலுங்கிலும் போடுகிறார்கள். தமிழில் ஏகப்பட்ட “ல” “ள” தவறுகள். பஸ்பர்ட், சறி பண்ணப்பட்டபிண், என்றெல்லாம் அபத்தமான தமிழில் எழுதியவர்கலை, சே, எழுதியவர்களைக் கண்டிக்க திராவிட கழகத்துக்கும் சுப வீரபாண்டியனுக்கும் கோரிக்கை வைக்கிறேன்.

எதேச்சையாகச் சந்தித்து, முகம் முற்றும் பழகாமல் சந்தேகத்தோடு ஒருவரை ஒருவர் பார்த்து பீன், அவர் விசா முடித்து, நான் க்யூவில் நிற்கும்போது “ஜேஆர்தானே, ஸ்ரீதரன் ஸ்ரீனிவாசன் தானே” என்று ஒருவரை ஒருவர் புரிந்துகொண்டு அவர் என் ஆட்காட்டி விரலையும் நான் அவர் ஆட்காட்டி மற்றும் இன்னொரு விரலையும் நிரடின கைகுலுக்கலில் எரிச்சலாகி, நடுவில் மாட்டிக்கொண்டு, “குசலம் விஜாரிக்க இதானா இடம்” என்ற பார்வையில் அந்த ஸ்லீவ்லெஸ் பெண்மணி கண்ணில் காட்டிய நெருப்பில் ஸ்ரீதரனுக்கு கை சுட்டிருக்க வேண்டும்!

“பர்னால் தடவினீர்களா ஸ்ரீதரன் ஸ்ரீனிவாசன்?!”

ஏழெட்டு முறை போய் வந்தாயிற்று. முன்பிருந்த வசீகரம் இப்போது இல்லை. நீண்ட விமானப்பயணம் ஆயாசமாகிவிட்ட வயது. பிஸினெஸ் க்ளாஸின் செயற்கைத்தனமான உபசரிப்பு, கொத்தமல்லி போல தட்டில் அரைக்கோணத்தில் படுக்க வைத்த கோல்ஸா சாலட், அளவுக்கு மிஞ்சின காரமாய் வர்ஜின் மேரி, தேங்காய் எண்ணெய் வாசனை வரும் அந்த சீஸ்... எல்லாம் அலுத்துச் சலித்துவிட்டது. அதனால் விசா கிடைக்காவிட்டாலும் சரிதான்

என்னும் விட்டேத்தியான மனப்பாங்கில்தான் இன்று அமெரிக்க விசாவுக்குப் போனேன். ஆனாலும் முட்டியில் அந்த தொள தொளாவை கொஞ்சம் சமாளிக்க கஷ்டப்படவேண்டியிருந்தது.

அமெரிக்கா என்னும் கனவு தேசத்தின் சாத்தியக்கூறுகளா அல்லது என் மனதில் ஓர் ஓரத்தில் ஊறிப்போயிருக்கும் அடிமைச்சேவக மனப்பாங்கா, இல்லை சராசரிக்கு அதிகமான எதிர்பார்ப்பா என்பதைத் தேர்ந்த ஸைக்காலஜிஸ்டுகள் யாராவது சொல்லலாம்.

காத்திருந்த முக்கால் மணி நேரம் ஆதித்ய ஹிருதயம் சொல்ல நினைவு வரவில்லை. கிளம்பும்போது ஞாபகப்படுத்த அம்மா இல்லை. கால் தொள தொளா படுத்தியது. ஆனால் விசா கிடைத்துவிட்டது.

மொட்டை மாடி

எனக்கு வாழ்க்கையில் கிடைத்த முதல் வெற்றி பெருமிதம், நான் ஏழாவது படிக்கும்போது வீட்டின் பின்புறம் பாத்ரூமின் ஜன்னலைப் பிடித்துக்கொண்டு அஸ்பெஸ்டாஸ் கூரைமேல் ஏறி மொட்டை மாடியை அடைந்ததுதான். யார் காலுமே பட்டிராத அந்தத் தூய அழுக்குத்தரை என் காலுக்கடியில் மேகக்கூட்டமாய் தோன்றி எனக்கு ஒரு புது பர்ஸ்பெக்டிவ் கொடுத்தது. மேலும் எப்பவாவது வீட்டுக்கு ரிப்பேர் செய்ய வரும் முருகவேள் மட்டுமே சாதிக்கும் அந்தச் செயலை நானுமே செய்துவிட்ட பெருமிதம்.

மேற்சொன்ன இந்த முருகவேள் ஒரு சமய சஞ்சீவி. எப்போதும் பழனி விபூதி வாசனை அடிக்கும் உடை அணிந்து இருப்பான். சுலபமாகச் சிரிப்பான். எந்த வேலை கொடுத்தாலும் ஏற்றுக்கொண்டு செய்துவிடுவான். ஆனால் தாளித்துவிடுவான் என்று அப்பா சொல்லுவார். அவன் ப்ளம்பர் எலக்ட்ரீஷியன் மற்றும் அவ்வப்போது சிமெண்ட் கலவை என்று 'கொல்த்து' வேலையும் செய்வான்.

என்னமோ இந்த மொட்டை மாடி என்னை ரொம்பவுமே வசீகரித்து இருந்தது. சில சமயம் மத்தியான வேளைகளில் வீட்டுக்கு விளையாட வரும் அம்பி என்னும் வைத்யநாதனும் நானும் மொட்டை மாடிக்கு மேற்சொன்ன வழியில் ஏறிப்போய் அடுத்தவீட்டு கொய்யாப் பழம் அடிப்போம். கிட்டத்தட்ட

இரண்டு வருஷத்தில் ஓரிரு முறையே வெற்றி அடைந்திருக்கிறோம். இறங்கி வந்த பின் நிச்சயம் அம்மாவிடம் அடி திட்டு உண்டு. "சொல்லச் சொல்ல மொட்டை மாடிக்குப் போறியா, காலில சூடுதான் வெக்கணும் உனக்கு." ரகசியமாகப் போய் வர முடியாது. மேலே நடமாடும்போது சத்தம் கேட்டுவிடும் அல்லது காலில் கருப்பாக அழுக்குப் படிந்து காட்டிக்கொடுத்துவிடும். மேலும் இந்த சில்மிஷங்களை எல்லாம் சட்டென்று கண்டுபிடித்துவிடும் ஒருவரை என் அம்மாவாக பெற்றிருந்ததும் ஒரு உபகாரணம்.

வருடத்தில் ஒரே ஒரு முறை அம்மாவே என்னை கெஞ்சுவாள், "டேய் மாடிக்குப்போடா". வடாம் போட்டிருப்பாள். மாடிக்குப் படி இல்லாததால் நாந்தான் ஒரே *savior*. "லெதர் சப்பல் வாங்கித்தரியா, காலர் வைத்த டி ஷர்ட் இந்த தீபாவளிக்கு" என்ற லஞ்ச பேரங்களுக்குப்பிறகு ஒப்புக்கொள்வேன்.

இந்த சாகசங்கள் எல்லாம் இரண்டே வருஷத்தில் தொலைந்து போய்விட்டது. அப்பா மாடிக்குப்படி கட்டிவிட்டார், என்னுடைய பூணல் விழாவுக்காக. மாதவராவ் என்னும் எப்போதும் வேஷ்டி கட்டிக்கொண்டு வரும் அந்த என்ஜினீயரும் அவரின் ஆஸ்தான அர்ஜுனன் மேஸ்திரி பற்றியும் எழுத இன்னொரு சமயம் வேண்டும். கலையரசி என்னும் சித்தாள் பற்றியும் ஓரிரு வரிகள் உண்டு என்று உத்தரவாதம் அளிக்கிறேன்.

மாடிப்படி கட்டியபின் அது என்னுடைய வாசஸ்தலமாக மாறியதில் ஆச்சரியம் ஏதுமில்லை.

ஸ்கூல் முடிந்து வீட்டுக்கு வந்தவுடன் நண்பர்களுடன் *Hand Cricket*. வெறும் கை, ரப்பர் பந்து கொண்ட இந்த வசீகர விளையாட்டை விளையாடாதவர்கள் *IPL* பார்க்க லாயக்கற்றவர்கள் என்பது என் அபி. ஆறு மணிக்கு மேல் பாரப்பெட் சுவரில் சாய்ந்து கொண்டு நண்பர்களுடன் வடேகர் எப்படி டெக்னிகலா விளையாடத்தெரியாதவர், பிரசன்னாவை விட வேங்கடராகவன் தான் நல்ல பௌலர் போன்ற விசாரங்களும், கோதைநாயகி, வசுந்தரா, சரிதா போன்ற சக மாணவிகளின் முன்னேற்றம் பற்றியும், எஸ் வி டி என்னும் ஹெட்மாஸ்டர், கே ஆர் எஸ் என்னும் கணக்கு வாத்தியார், சக்தி தாசன் ஹேமா விவகாரங்கள் என்று செலவழித்த மணித்துளிகள் கணக்கிலடங்கா.

சில நாள் அம்மா, "இன்னிக்கு சாப்பாடு மாடியில்" என்று அறிவிப்பாள். நானும் பவானியும் ஓடி ஓடி பாத்திர பண்டங்களை மாடிக்கு எடுத்துச்செல்வோம். சாப்பிட்டு முடித்தவுடன் ஈரோடு ஜமக்காளத்தில் வானத்தைப் பார்த்தவாரே படுத்துக்கொண்டு அப்பா என் எதிர்காலம் பற்றியும் பவானியின் டான்ஸ் பற்றியும் பேசிக்கொண்டு இருப்பார்.

காலேஜ் தினங்களில் மொட்டை மாடிதான் எனக்கு படிக்குமிடம். மழை நிறைந்த நவம்பர்களில் மைதானங்கள் தண்ணீர் நிரம்பியிருக்க நானும் நண்பர்களும் மொட்டை மாடியை நாடுவோம். கிழிந்த பாயில் ஐந்து பேர் சீட்டுக்கட்டு. கழுதை, டிக்ளேர் என்னும் சிறுபிள்ளை ஆட்டம்தான் என்றாலும் நாங்கள் போடும் சத்தம் அடுத்தவீட்டு சங்கர நாராயணத் தாத்தாவுக்கு கோபமூட்டி அவரின் மருமகளைத் திட்ட வைக்கும்.

என்னுடைய முதல் போட்டோ முயற்சி இந்த மொட்டை மாடியில்தான். ஆக்ஃபா க்ளிக் த்ரீ என்னும் டப்பா காமிராவில் பவானியை நிற்க வைத்து எடுத்த போட்டோக்களில் கிட்டத்தட்ட நூற்றி முப்பது அடிக்குத் தரையும் புள்ளியாக அவளும் தெரிவார்கள்.

வ வே சு அய்யர் கதை போல வருடங்கள் உருண்டோடின.

லதா குழந்தைகள் என்று குடும்பம் பெரிசாக மாடியில் இன்னும் மூன்று அறைகள் கட்டினோம். இப்போது மொட்டை மாடி இரண்டாவது தளத்துக்குப்போய்விட்டது. ஏறுவதற்கு இரும்பில் அடித்த ஒற்றை ஏணி மட்டுமே. அதில் இப்போது ஏறினால் நாக்கு தள்ளிவிடும்.

பிள்ளைகள் பள்ளி காலேஜ் தினங்களில், முக்கியமாக பவானி சென்னைக்கு வரும் நாட்களில் கொட்டம் அடித்திருக்கிறோம். ஊர் வம்பு, டம்ப் ஷராட்ஸ், சினிமா, வீடியோ என்று கலகலத்த மாடி. கடந்த நான்கைந்து வருடங்களாக பிள்ளைகளும் வெளி நாட்டுக்குப் போய்விட நானும் லதாவும் அப்பாவும் காலியாக இருக்கும் மாடிக்குப்போவதே அபூர்வம் என்றாகிவிட்டது.

போன வாரம் ஏஸி மேற்பார்வை செய்ய வந்தவர், "சார்! வெளில இருக்கற யூனிட்டும் பாக்கணும்" என்று சொல்ல, நானும் மூச்சுப்பிடித்தபடி அந்த ஏணியில் ஏறி மொட்டை மாடிக்குப் போனேன்.

ஆங்காங்கே குப்பை, அழுக்கு. காய்ந்த இலைகள். புழுதியேறிப்போய் கிழிந்த ஒரு ரப்பர் பந்து, கேபிள் டிவியின் நீண்ட கறுத்த ஒயர், சேறு படிந்த ஒரு இஸ்பேட் க்வீன் சீட்டு.

இப்போது கூப்பிட்டால் கூட சீட்டு ஆடுவதற்கு நாற்பத்து ஐந்து வருடத்தொடர்பில் இருந்துவரும் நண்பர்கள் இருக்கிறார்கள். ஆனால், காலர் வைத்த டி ஷர்ட் வாங்கித்தரவோ, “சொல்லச் சொல்ல மொட்டை மாடிக்குப் போறியா”, காலில சூடுதான் வெக்கணும் உனக்கு” என்று திட்டவோ அம்மாதான் இல்லை.

இன்று அம்மாவின் ஸ்ரார்த்தம்.

இழப்பு

காரிலிருந்து இறங்கினதும் போட்டோ எடுத்துக்கொண்டேன். நானும் தங்கையும் உள்ளே போனோம். சிவப்பு ரெடாக்ஸைடு தளத்தில் அந்த ஆதிகால நாற்காலி அப்படியே இருந்தது. எதிரே திண்ணையில் அரைகுறையாய் மடித்துக்கிடக்கும் ஹிந்து பேப்பர் இன்றில்லை. பச்சை கலர் கதவு பூட்டிக்கிடந்தது. மாடியிலிருந்து “யாரு” என்ற குரல். படபடவெனப் படி இறங்கும் சப்தம்.

“ஓ நீங்களா வாங்கோ வாங்கோ! வருவீங்கன்னு தெரியும்!”

இறங்கி வந்த சித்ரா டாக்டர் நரசிம்மனின் சகோதரியின் பெண். சொல்லிச்சொல்லி மாய்ந்து போனார்.

“தம்பி மாமா! கடசி வரைக்கும் தொந்தரவு தரப்படாதுன்னு இருந்திருக்கான்! எழுந்திருக்க முடியல. நடக்க முடியல. ரா வேளையில எனக்கு ஏன் சிரமம் தரணூம்னு ஒண்ணுமே சாப்பிட மாட்டான். ஒரு ஸ்பூன் ஹார்லிக்ஸ வாய்ல போட்டுண்டு கா டம்ளர் தண்ணி குடிச்சுப்பான்.”

“கரைச்சுக்குடிச்சா ராத்திரில பாத்ரும் வருண்டி! உன்னத்தானே டிஸ்டர்ப் பண்ணணும்பான்!”

பேச முடியாமல் கேவினார்.

கடைசி பத்து நாட்கள் அதிகம் சிரமப்பட்டிருக்கிறார். இதயம் வலுவிழந்து ஓய்ந்துபோய்விட்டிருக்கிறது.

பதஞ்சாம் தேதி ஆஸ்பத்திரிக்குப் போனோமா! நாலு நாள் மிந்தி பெருமாள சேவிச்சுட்டு வரலாம் வான்னான். நானும் மிதிலாவும் ஆட்டொ வெச்சுண்டு போய்ட்டு வந்தோம். அங்க கோவில் ஆஃபீசுக்குப் போனான். பாக்கெட்லேர்ந்து செக் புக்க எடுக்கறான்.

“இது எதுக்குடான்னேன்?”

“இருன்னுட்டு அஞ்சாயிரம் ரூபாய்க்கு பெருமாள் வெண்ணெய்த்தாழிக்குடின்னான்!” குடுத்துட்டு சிரிச்சுண்டே வந்தான்!

அடுத்த நாள் இல்ல, அதுக்கும் அடுத்த நாள் இல்ல. மூணாம் நாள் காலம்பர மயக்கமாய்ட்டான். வெங்கடேஸ்வராவுக்கு எடுத்துண்டு போனோம். ஐஸியுவுல அட்மிட் பண்ணினா. டெஸ்டெல்லாம் எடுத்தா. “இருக்கட்டும் இன்னம் ரெண்டு நாள்”ன்னார் டாக்டர். ஆத்துக்கு வந்து பூட்ட தெறக்கறேன். போன் வருது “போய்ட்டான்னு!”

ஓவென மீண்டும் அழுதார். எங்களுக்குமே கண்கலங்குவதைத் தடுக்க முடியவில்லை.

என்னென்னவோ பேசினோம். அரைமணிக்குப் பிறகு கிளம்பினோம்.

“இந்த வார ந்ருஸிம்மப்ரியாவுல தம்பி மாமா பத்தி எழுதுறா!”

கிளம்பிவிட்டோம்.

இனி இந்த வீட்டுக்கு இன்னொரு முறை வரும் சந்தர்ப்பம் வாய்க்குமோ?

திரும்பிப் பார்த்தோம்.

டாக்டர் எஸ் வி எஸ் நரசிம்மன்!

போர்டு எடுக்கப்படவில்லை. ஆனால் காலம் கொடிது. போர்டு போய்விடும். வீடும் இடிக்கப்படலாம். இங்கே இன்னொரு அபார்ட்மெண்ட் வரக்கூடும். அங்கே குழந்தைகளுக்கும் பெரியவர்களுக்கும் உடம்புக்கு வரும். ஆனால் ஒன்றும் ஆகாது. ஏனென்றால் இது நரசிம்மன் வாழ்ந்து உதிர்ந்த இடம். ஐம்பது

ஆண்டுகள் அவர் வாழ்ந்து ஆயிரக்கணக்கான பேர்களை சுவஸ்தப்படுத்திய இடம். அவரின் ஆழ்ந்த அறிவு அங்கேயே சுற்றிக்கொண்டிருக்கும்.

ஆனால் நானறிந்த டாக்டர் நரசிம்மன்?

ஓடுகின்ற காலத்தின் முன் யார்தான் எம்மாத்திரம்!

எனக்கும் காலம் வரும். இலை உதிரும்.

(முற்றும்)

ஜெயராமன் ரகுநாதன்

இந்திய கார்ப்பரேட் உலகில் பல உயர் பதவிகள் வகித்த சார்ட்டர்ட் அக்கவுண்டண்டான ஜெயராமன் ரகுநாதன் இப்போது சில கம்பெனிகளில் நிர்வாக இயக்குனராகப் பணிபுரிகிறார். நண்பர்களுடன் இவர் ஆரம்பித்த Knowledge Capital Investment Group என்னும் லாப நோக்கமற்ற நிறுவனத்தின் மூலம் கல்லூரி மாணவர்களுக்கு வேலை வாய்ப்புத் திறனை அதிகரிக்கும் பயிற்சி அளித்து வருகிறார். நிர்வாக இயல், செயற்கை அறிவுத்திறன் தகவல் தொழில்நுட்பத்துறை மற்றும் தமிழ் இலக்கிய ஆளுமைகள் பற்றி ஆங்கிலத்திலும் தமிழிலும் சொற்பொழிவுகளை நிகழ்த்தியிருக்கிறார்.

பல முன்னணி இதழ்களில் இவர் எழுதிய சிறுகதைகளும் கட்டுரைகளும் வெளிவந்திருக்கின்றன. கல்கியில் தொடர்ந்து இரண்டு வருடங்களுக்கு தகவல் தொழில்நுட்பக் கட்டுரைகள், 18ஆம் நூற்றாண்டு மெட்ராஸ் சரித்திர விவரங்கள், ஞான ஆலயத்தில் 108 திவ்ய தேசங்கள், வலம் இதழில் பொருளாதாரக் கட்டுரைகள், தென்றல், விருட்சம், அமுதசுரபி, ராணி மற்றும் பல பத்திரிகைகளில் ஏராளமான சிறுகதைகளையும் மேடை ஏற்றப்பட்ட ஆறு நாடகங்களையும் எழுதியிருக்கிறார்.

வாசிப்பில் மிகுந்த ஆர்வம் கொண்ட இவர் பிரபல எழுத்தாளர்களான சுஜாதா மற்றும் பாலகுமாரன் இருவருடனும் நெருங்கிப் பழகியவர். பாலகுமாரனின் சில நாவல்களுக்கு *(333 அம்மையப்பன் தெரு, வெள்ளைத் துறைமுகம், ஸ்வர்ண வேட்கை)* முன்னுரை எழுதியிருக்கிறார். ஸ்வர்ண வேட்கை நாவல் முற்றுப்பெறும் முன்பே பாலகுமாரன் இயற்கை எய்திவிட்டதால், அவரது குடும்பத்தாரின் ஆசைப்படி அந்த நாவலை முடித்து வைத்திருக்கிறார்.

கடந்த நான்காண்டுகளில் இவர் எழுதி வெற்றி பெற்ற நாடகங்கள் - அபயரங்கதிலகா, திருஅரங்கண், குறிஞ்சி ஆகியவை தியேட்டர் மெரீனாவால் பலமுறை அரங்கேற்றப்பட்டு பரிசுகள் பெற்றிருக்கின்றன.

சிறந்த தொழில் முனைவோர் விருதும், மயிலாப்பூர் அகாடமியின் சிறந்த நாடகாசிரியர் விருதும் பெற்றவர்.